विक्रीकौशल्य शिका

उत्तम विक्रेता बना

संजीव परळीकर

मेहता पब्लिशिंग हाऊस

Please contact us at **Mehta Publishing House,** 1941, Madiwale Colony, Sadashiv Peth, Pune 411030.

© +91 020-24476924 / 24460313

Email : info@mehtapublishinghouse.com
production@mehtapublishinghouse.com
sales@mehtapublishinghouse.com

Website : www.mehtapublishinghouse.com

- *या पुस्तकातील लेखकाची मते, घटना, वर्णने ही त्या लेखकाची असून त्याच्याशी प्रकाशक सहमत असतीलच असे नाही.*

VIKRIKAUSHALYA SHIKA UTTAM VIKRETA BANA

by SANJIV PARALIKAR

विक्रीकौशल्य शिका उत्तम विक्रेता बना / **मार्गदर्शनपर**

© **संजीव परळीकर**
प्रेस्टीज गार्डन ए १/५०४, नितीन कंपनी कम्पाउंड,
डॉ. अल्मिडा रोड, पाचपाखाडी, ठाणे ४००६०१.
© ०२२-२५४२५५५० / ९८२०३२९३१९
E-mail : pudhakar.pratishthan@gmail.com
pudhakar.tnc@gmail.com
paralikarsanjeev@gmail.com

प्रकाशक : सुनील अनिल मेहता, मेहता पब्लिशिंग हाऊस,
१९४१, सदाशिव पेठ, माडीवाले कॉलनी, पुणे – ४११०३०.

अक्षरजुळणी : इफेक्ट्स, २१/६ब, आयडिअल कॉलनी, कोथरूड, पुणे ३८.

मुखपृष्ठ : चंद्रमोहन कुलकर्णी

प्रकाशनकाल : मार्च, २००९ / ऑगस्ट, २००९ / नोव्हेंबर, २०११ /
जुलै, २०१३ / पुनर्मुद्रण : जून, २०१५

ISBN for Printed Book 9788184980165

ISBN for E-Book 9788184987461

विक्रीचे शास्त्र मी माझे वरिष्ठ श्रीयुत प्रकाश देसाई ह्यांच्याकडून शिकलो. प्रकाश देसाई हे जीटीएल या कंपनीत ट्रेनिंग विभागाचे प्रमुख होते. ते विक्रीचे शास्त्र उत्तमपणे शिकवतात व अमलातही आणतात. हे शास्त्र प्रत्येकाला अमलात आणता येऊ शकते हेही मी त्यांच्याकडून शिकलो. मुलाखतीला गेले तरीही तिथे विक्रीचे शास्त्र उपयोगात येते. मुलाखत घेणारा संभाव्य ग्राहक असतो व मुलाखत देणारा विक्रेता असतो. चर्चा करताना आपण काहीतरी मत मांडतो, त्या वेळेसही मत मांडणारा विक्रेता असतो व त्यावर चर्चा करणारे संभाव्य ग्राहक असतात. मत मान्य झाले तर विक्री झाली, नाहीतर विक्रेता अयशस्वी झाला. हा दृष्टिकोन मी त्यांच्याकडूनच घेतला. हे पुस्तक त्यांच्या आदरापोटी त्यांना अर्पण करत आहे.

अनुक्रम

विक्रेत्यांनो पुढाकार घ्या / १
पहिला भाग : विक्रीची पूर्वतयारी / २
दुसरा भाग : विक्रीची सुरुवात / ९
तिसरा भाग : आक्षेप हाताळा / २६
चौथा भाग : विक्रीची सांगता / ३८
सारांश / ५४

विक्रेत्यांनो, पुढाकार घ्या

पुढाकार घेतल्याशिवाय कोणीही विक्रेता होऊ शकत नाही. विक्रेत्याला पुढाकार घेतल्याशिवाय गत्यंतरच नसते; पण तरीही सगळेच विक्रेते काही उत्तम विक्रेते नसतात, कारण त्यांचा पुढाकार उत्तम नसतो. उत्तम विक्रेता व्हायचे असेल तर उत्तम गुणवत्तेचा पुढाकार घ्यावा लागतो. आता प्रश्न असा उभा राहतो की, पुढाकारासाठी गुणवत्ता उत्तम कशी करायची?

आपण आता याच विषयावर चर्चा करणार आहोत. हे पुस्तक खास विक्रेत्यांसाठी लिहिले आहे. खरे म्हणजे, उत्तम व्यक्तिमत्त्व नसेल तर उत्तम विक्री करता येणार नाही. जो उत्तम विक्रेता असतो त्याचेच व्यक्तिमत्त्व प्रभावी असते. किंबहुना, ज्याचे व्यक्तिमत्त्व प्रभावी असते तोच उत्तम विक्रेता असतो.

मी 'पुढाकार घ्या' या पुस्तकात प्रभावी व्यक्तिमत्वाच्या दहा सूत्रांची विस्तृत चर्चा केलेलीच आहेत. ती सूत्रे अमलात आणलीत तर तुम्ही तुमच्या आयुष्यात प्रभावी होऊ शकता; मग तुम्ही विक्रेता असा किंवा ग्राहक, विद्यार्थी असा किंवा शिक्षक, कर्मचारी असा किंवा मालक, उच्चपदस्थ असा किंवा कामगार. परंतु आता आपण पूर्णपणे विक्रेत्याच्या दृष्टिकोनातून पाहणार आहोत व उत्तम विक्रेता होण्यासाठी पुढाकार कसा घ्यायला पाहिजे याची चर्चा करणार आहोत.

पहिला भाग

विक्री सुरू करण्यापूर्वी पूर्वतयारी

विक्रेत्याची पूर्वतयारी

मानसिक पुढाकार

विक्रीची सुरुवात मनात होते. जर तुम्ही मनानेच खचलेले असाल तर तुमचा पुढाकार दबकत-दबकत होईल. अशा पुढाकाराला कोणीही ग्राहक भीक घालत नाहीत. पुढाकार जोषपूर्ण असायला हवा, उत्साही आणि हसतमुखाने व्हायला हवा. अशा पुढाकाराची सुरुवात मनात होते. मनात विचार आल्याशिवाय त्यानुसार कृती होऊ शकत नाही. उत्तम विक्रेता होण्यासाठी सर्वप्रथम मनात विक्रेता व्हावे लागेल. मनात सर्वप्रथम विचार येतो तेव्हाच कृती होते. त्यानंतर त्या कृतीची सवय होते. त्यानंतर त्या सवयीचे स्वभावात रूपांतर होते. त्या स्वभावाचे माणसाच्या प्रारब्धामध्ये रूपांतर होते. त्यामुळे तुम्हाला जर तुमच्या प्रारब्धामध्ये उत्तम विक्रेता व्हायचे असेल तर सर्वप्रथम तुम्हाला मनात तसा विचार आणावा लागेल.

एकदा एका चप्पल विकणाऱ्या कंपनीने एका सेल्स मॅनेजरला आफ्रिकेतल्या एका देशात सर्व्हेसाठी पाठवले. त्या देशात आपल्या चप्पल विकाव्यात की नाही, हे शोधण्याचा उद्देश होता. त्या मॅनेजरने तिथून आपला अभिप्राय पाठवला. त्याच्या मताप्रमाणे, 'या देशात आपल्या चपला अजिबात विकल्या जाणार नाहीत. त्यामुळे येथे आपण एकही दुकान उघडू नये.' पण त्याला जेव्हा याचे कारण विचारले तेव्हा तो म्हणाला की, 'या देशात कोणीही चपला घालत नाही. यांच्यामध्ये चपला घालायची पद्धतच नाही. शिवाय हे लोक गरीब आहेत.'

याच देशात काही दिवसांनी दुसऱ्या मॅनेजरला सर्व्हेसाठी पाठवले. तो मॅनेजर विमानाने त्या देशात उतरल्याबरोबर लगेच अर्ध्या तासात त्याने कंपनीत फोन केला व 'चपलेच्या वेगवेळ्या साईझचे हजार जोड तरी ताबडतोब पाठवा', असे सांगितले. त्याला जेव्हा विचारले की, 'एवढ्या तातडीने चपलांची गरज का आहे?' त्यावर तो म्हणाला, ''अहो, इथे कोणीच चप्पल घालत नाही. मी इथे दुकानासाठी जागा पाहतो, पण ताबडतोब हजार जोड पाठवा.'' पाहिलेत? विक्री ही सर्वप्रथम मनात व्हायला लागते; मगच ती अवतरते.

ग्राहकाच्या मनात विक्रेत्याची जागा कोणती असते?

ग्राहकासाठी विक्रेता हा देवासारखा असतो, कारण तो ग्राहकाची समस्या

ओळखून त्यावर उपाय असणारे प्रॉडक्ट, ग्राहकाला परवडणाऱ्या किमतीत मिळवून देणार असतो. हे तर देवत्वाचे काम झाले! आपल्याला एखादी समस्या भेडसावल्यावर आपण कोणाचा धावा करतो? देवाचाच. त्यामुळे तुम्ही जर विक्रेत्याचा व्यवसाय स्वीकारणार असाल, तर सर्वप्रथम मनात विचार आणा, की ती देवत्वाची जागा आहे.

समजा शाहरूख खान, हृतिक रोशन, माधुरी दीक्षित, अमिताभ बच्चन ही सगळी मंडळी एके ठिकाणी उभी आहेत आणि दुसऱ्या बाजूला स्वयं इंद्रदेव उभे आहेत आणि तुम्हाला त्या इंद्र देवाला किंवा बॉलीवूडच्या मंडळींना भेटायची संधी आहे. अशा वेळी तुम्ही कोणाची निवड कराल? निश्चितपणे प्रथम इंद्र देवाची, नंतर बॉलीवूडची; कारण देव ही आपल्यासाठी अतिमहत्त्वाची गोष्ट आहे.

तुम्ही स्वत:ला अतिमहत्त्वाची व्यक्ती समजले पाहिजे. पुढाकार मानसिक आहे. हा आंतरिक पुढाकार कुणालाही दिसणार नाही, पण याचे परिणाम मात्र सगळ्यांनाच दिसणार आहेत.

कृतीशील पुढाकार

तुम्ही विक्रेत्याचा व्यवसाय करणार असाल तर तुम्ही स्वत:च स्वत:ला अतिमहत्त्वाची व्यक्ती समजा. मनातल्या मनात सर्वप्रथम हा पुढाकार घ्यावा लागेल. एकदा मनात हा विचार ठाम झाला की, मग तो बाह्य व्यक्तिमत्त्वावर परावर्तित झालेला दिसला पाहिजे. आता विचार करू या की, अतिमहत्त्वाची व्यक्ती कशी दिसते? कशी चालते? कशी वागते? अतिमहत्त्वाची व्यक्ती कायम टिपटॉप राहते. ऐटदार चालते. उत्साहीपणे वागते.

त्यामुळे तुम्हाला जर उत्तम विक्रेता व्हायचे असेल तर तुम्ही टिपटॉप राहायला शिकले पाहिजे. अगदी टॉप टू बॉटम नीटनेटके राहायला शिकले पाहिजे. ज्या प्रकारचा पोषाख करायची जरूरी आहे, त्या प्रकारचा पोशाख तुमच्या अंगावर दिसला पाहिजे. काहीकाही व्यवसायांमध्ये विक्रेता टाय घालूनच दिसला पाहिजे. मग तुम्हाला वैयक्तिकरित्या टाय घालणे आवडते की नाही, याला महत्त्व नाही, तुम्ही टाय घालूनच दिसले पाहिजे. शिवाय, टायसुद्धा अगदी टिपटॉप असला पाहिजे. याचा अर्थ, तो साधा असला तरीही चालेल; पण त्याचा रंग, तुमच्या शर्टाचा रंग, पँटचा रंग हे सगळे एकमेकांना साजेसे असले पाहिजे. पॉलिश केलेलेच बुट घातले पाहिजेत. त्यावर साजेसे मोजेही पाहिजेत. सगळ्या बाजूंनी शर्ट नीट खोचलेला असायला हवा. थोडक्यात काय, संपूर्ण पेहराव अगदी टिपटॉप असायला हवा. जे नियम मुलांना लागू तेच मुलींनाही लागू होतील.

त्यानंतर तुमचा चेहरा. चेहेरा नेहमीच हसतमुख आणि उल्हसित दिसायला

हवा. ग्राहकाला आकर्षित करणारा असायला हवा. मुलांच्या दाढीचे खुंट अनियमित वाढलेले असू नयेत. मिशी वाढलेली असेल तर तीही नीट आकारात असावी. केसही नीटनेटके हवेत. चेहरा घामट व केस विस्कटलेले अशा अवतारात ग्राहकापुढे उभे राहाल, तर तुम्हाला यश मिळणार नाही. ग्राहकाला तुमच्याशी बोलताना प्रसन्न वाटले पाहिजे. त्याकरता घामाची दुर्गंधी टाळली पाहिजे, श्वासाची दुर्गंधी टाळली पाहिजे. अत्तराचा वगैरे वापर केलात तर अतिशय उत्तम होईल. डोळ्यांवर चष्मा असेल तर तो स्वच्छ असावा. कित्येक मंडळींच्या चेहऱ्यावर दाढीचे खुंट वाढलेले असतात, चेहरा घामट असतो. केस विसकटलेले असतात, पायात बूट नसतात; असलेच तर त्याला पॉलिश नसते, शर्ट आणि पँटचे रंग एकमेकाला साजेसे नसतात, शर्ट नीट खोचलेला नसतो, टाय नीट लावलेला नसतो. असा विक्रेता कधीही उत्तम विक्रेता होऊ शकत नाही, कारण आपण यशस्वी विक्रेता व्हावे असा विचारच त्याच्या मनात आलेला नसतो. तुमचा पेहराव हे तुमच्या मनाचे प्रतीक असते. ज्याची राहणी साधी परंतु प्रसंगाला साजेशी असते, त्यातून फक्त त्याच्या मनातील विचारांचेच दर्शन होते आणि गंमत अशी आहे की, ग्राहकाला ते बरोबर कळते. त्यामुळे ग्राहकसुद्धा गबाळ्या विक्रेत्याकडे जात नाहीत. गबाळा विक्रेता कधीही यशस्वी होत नाही. त्याच्या अपयशाचे मूळ त्याच्या मनात दडून बसलेले असते. ग्राहकांनी नाकारल्यामुळे अशा विक्रेत्यांचा आत्मविश्वास हरवून बसतो. मग त्यांना कोणतेही काम धड करता येत नाही. मग असली माणसे नशिबाला बोल लावत बसतात.

तुम्ही एखाद्या मोठ्या कंपनीच्या रिसेप्शनमध्ये दबकत-दबकत गेलात, तर पहिल्या प्रथम रिसेप्शनिस्ट तुम्हाला नखशिखांत न्याहाळते. तुमचा शर्ट मळलेला असेल, त्याला इस्त्री नसेल, बुटाला पॉलिश नसेल, मोजे घातलेले नसतील, शर्ट नीट खोचलेला नसेल, केस नीटनेटके नसतील, तर ती प्रथमदर्शनीच तुम्हाला परत पाठवून देण्याचा निर्णय घेते व मग तुम्हाला प्रश्न विचारू लागते. तिच्या प्रश्न विचारण्याच्या स्टाईलवरूनच तुम्हालाही कळते की, 'ही आपल्याला आतमध्ये जायला नकार देत आहे.' तिथे आणखीही चार जण बसलेले असतात व ते तुमच्याकडेच पाहत असतात. त्यामुळे तुम्हालाही त्यांच्या नजरेला नजर भिडवता येत नाही व तुम्ही तेथून पळ काढता.

कोणत्याही ठिकाणी जे गबाळे व्यक्तिमत्त्व असेल त्याला खड्यासारखे बाजूला केले जाते. त्यामुळे रिसेप्शनमधूनच परत जायचा प्रसंग तुमच्यावर आला असेल, तर तुमची पूर्वतयारी कमी पडली असे समजा. त्याची जबाबदारी घ्या आणि तुमचे बाह्य व्यक्तिमत्त्व सुधारा. डोक्याच्या केसापासून ते पायाच्या नखापर्यंत तुम्हाला स्वत:कडे लक्ष द्यायला लागेल हे वर नमूद केलेलेच आहे. त्याप्रमाणे तयारी केलीत

तर तुम्हाला पाहून कोणाच्याही चेहेऱ्यावर आठी येणार नाही. सहसा, प्रसन्न व्यक्तिमत्त्वाला सगळ्यांकडून चांगली वागणूक मिळते. त्यामुळे तुमच्या चेहेऱ्यावरती प्रसन्नता दिसली पाहिजे. शिवाय, बोलताना आवाज खणखणीत असला पाहिजे. अतिमहत्त्वाची व्यक्ती जशी बोलेल तसेच बोलायला शिकले पाहिजे.

तुम्हाला उत्तम विक्रेता व्हायचे असेल तर सर्वप्रथम पुढाकार घेऊन मनात विचार आणा की, 'मी अतिमहत्त्वाची व्यक्ती आहे आणि मी ग्राहकाला देवदूतासारखा वाटणार आहे.' त्यानंतर हाच विचार तुमच्या बाह्य व्यक्तिमत्त्वावर कायम वास्तव्य करून असू द्या.

ग्राहक शोधायला पुढाकार घ्या

उत्तम विक्रेते आपला मार्ग स्वतःच निर्माण करतात. तुम्हाला विक्री वाढवायची असेल तर त्याकरता पुढाकार घ्यावा लागतो. आपला ग्राहक शोधावा लागतो. तो समाजात कुठेतरी असतो; पण त्याला अचूक हेरावे लागते. आपला संभाव्य ग्राहक शोधल्याशिवाय तुमचे सादरीकरण अजिबात करू नका. जर तुम्ही कोणाही समोर तुमच्या वस्तूचे सादरीकरण करायला लागलात, तर तुमची विक्री होईलच अशी खात्री देता येणार नाही. शिकाऊ विक्रेता बरेच वेळा ही चूक करतो. मग त्याला सगळीकडून नकार ऐकायला मिळतो. सुरुवातीलाच नकार ऐकायला मिळाला, तर त्याचे धैर्य खचते. मग पुढच्या व्यक्तीसमोर सादरीकरण करण्याचा उत्साह मावळून जातो. मावळलेल्या किंवा मरगळलेल्या विक्रेत्याला कधीही यश मिळत नाही. मग

तो म्हणतो, 'माझे नशीबच खोटे आहे.' कोणाचेही नशीब खोटे किंवा खरे नसते; फक्त आपल्या प्रयत्नांची दिशा चुकलेली असते.

समजा, तुम्ही कंगवा विकता आहात आणि जर तुम्हाला कोणी सांगितले की, या प्रॉडक्टची उत्तम विक्री करायची असेल, तर पुढाकार घ्यायचा आणि जास्तीत जास्त लोकांसमोर तुमच्या वस्तूचे सादरीकरण करायचे. म्हणून जर तुम्ही टक्कल पडलेल्या माणसांच्याही मागे लागलात व कितीही उत्तम प्रकारे तुमच्या प्रॉडक्टचे सादरीकरण केलेत तरी तुमच्या पदरी निराशाच येणार. यदाकदाचित तुम्ही यशस्वी झालात व त्याने तुमच्याकडून तुमचे प्रॉडक्ट विकत घेतले, तरी त्यानंतर त्याला लवकरच कळेल की, तुम्ही तुमचे प्रॉडक्ट त्याच्या माथी मारले. त्याला फसवले गेल्याची भावना आल्यशिवाय राहणार नाही. मग तो बाजारात दहा लोकांना तुमच्याबद्दल वाईट सांगेल व तुमच्याकडून भविष्यातले ग्राहकही निघून जातील. पूर्वी असा समज होता की, जो विक्रेता टक्कल पडलेल्या माणसाला कंगवा विकू शकतो तोच उत्तम विक्रेता समजला जावा; पण हे सर्वस्वी चुकीचे आहे असे आजच्या शास्त्राने सांगितले आहे. आजचे शास्त्र अशा विक्रेत्याला अतिशय मंदबुद्धीचा विक्रेता मानते. हा विक्रेता आजची लढाई जिंकेल, पण उद्याचे युद्ध हरेल. 'नशिबाआधी कर्म धावते, दु:ख शेवटी पदराला' अशी त्याची गत होईल, कारण असल्या व्यक्तीकडे अनेक कौशल्ये असतात, पण त्यांची बुद्धी दूरगामी परिणाम पाहू शकत नाही.

आपल्या प्रयत्नांची दिशा चुकली तर उगाचच नशीबाला दोष देऊन काही उपयोग नाही. पुढाकार योग्य दिशेला ठेवायला शिकले पाहिजे. आपल्या प्रॉडक्ट किंवा सर्व्हिससाठी ग्राहक शोधायचे असतील तर प्रथम आपल्या प्रॉडक्टचा उपयोग काय होतो याचे परीक्षण केले पाहिजे. हे प्रॉडक्ट कोणती गरज भागवते हे पाहिले पाहिजे. ग्राहक एखादी वस्तू विकत घेतो, कारण त्याला स्वत:ची गरज भागवायची असते. तुमच्यावर उपकार करण्यासाठी कोणीही कधीही काहीही विकत घेत नाही. तुम्ही जर अशी विक्री केलीत तर ती विक्री तुम्हाला शुभेच्छा देणार नाही, उलट शिव्याशापच देईल. उत्तम विक्रेते प्रत्येक विक्रीनंतर शुभेच्छा मिळवतात व म्हणूनच ते मोठे होतात. ग्राहकाने विक्रेत्याला धन्यवाद दिले पाहिजेत. अशा विक्रीलाच खरी विक्री म्हणतात. त्यासाठी तुम्हाला तुमच्या प्रॉडक्टचा उपयोग आणि ग्राहकाची गरज याचा समन्वय साधायला शिकले पाहिजे. हे एकदा जमले की, मग तुम्हाला तुमचा ग्राहक लगेच शोधता येईल.

हा ग्राहक कसा, कुठे आणि कधी शोधायचा? उत्तम विक्रेता नेहमी आपले संभाव्य ग्राहक शोधतच असतो. समोर येणाऱ्या प्रत्येक व्यक्तीमध्ये त्याला आपला संभाव्य ग्राहक दिसत असतो. थोडक्यात, सकाळी उठल्यापासून ते रात्री झोपेपर्यंत

खरा विक्रेता ग्राहकच शोधत असतो; परंतु वर उल्लेख केल्याप्रमाणे तुमचे ग्राहक तुम्ही कोणत्या प्रकारचे प्रॉडक्ट किंवा सर्व्हिस विकता त्यावर अवलंबून असतील. तुम्ही जर विमान विकणार असाल तर तुम्हाला रेल्वे, बस, टॅक्सी किंवा प्रायव्हेट कारमधून जाणाऱ्या लोकांना संभाव्य गिऱ्हाईक समजून चालणार नाही;. पण तुम्ही विमा पॉलिसी विकणार असाल, तर ही सगळी मंडळी तुमची संभाव्य गिऱ्हाईके होऊ शकतील. संभाव्य ग्राहक तुम्हाला रोजच्या दिनचर्येत कुठेही भेटतील. मात्र त्यासाठी तुम्हाला डोळे उघडे ठेवून पाहावे लागेल. असे ग्राहक तुम्हाला तुमच्या मित्रमंडळींमध्ये भेटतील, नातेवाईकांमध्ये भेटतील, प्रवासात भेटतील, वर्तमानपत्र वाचताना एखाद्या जाहिरातीत किंवा बातमीत भेटतील, पार्टीमध्ये भेटतील, हॉटेलमध्ये चहा पिताना भेटतील, बसच्या लाईनीत भेटतील, व्यायामशाळेत भेटतील, दुकानात भेटतील, कुठेही भेटतील. तुमच्याकडे रोज निदान दहा तरी नवीन संभाव्य गिऱ्हाईकांची यादी तयार व्हायला पाहिजे, असा नियम स्वतःसाठी घालून ठेवा आणि हे काम रोजच्या रोज अव्याहत चालू ठेवा. दहा दिवसांत तुमच्याकडे शंभर संभाव्य गिऱ्हाईक तयार असतील. त्यानंतर तुमचे वेळापत्रक आखावे लागेल व या यादीमधील एकेकाला गाठून तुमचे सादरीकरण करण्याची तयारी करावी लागेल.

■

दुसरा भाग

विक्रीची सुरुवात
Opening the sale

विक्रीची सुरुवात

संभाव्य ग्राहकाशी संवाद साधायला पुढाकार घ्या

या पायरीपासून विक्रेत्याची परीक्षा सुरू होते. संभाव्य गिऱ्हाईकांची यादी केली; पण आता पुढे काय? शिकाऊ उमेदवारासाठी ही सगळ्यात कठीण पायरी आहे. विशेषत: जर एखाद्या अनोळखी व्यक्तीशी बोलायचे असेल, तर त्याचे धाबेच दणाणते. अशी भीती वाटणे हे स्वाभाविक आहे. विशेषत: जेव्हा आपल्याला स्वत:हून एखाद्या अनोळखी व्यक्तीशी बोलायची पाळी येते तेव्हा थोडीशी भीती वाटते. अनोळखी व्यक्ती जेव्हा आपल्याशी बोलायला येते तेव्हा भीती वाटत नाही, पण आपल्याला कुठे जाऊन बोलायची वेळ आली की थोडी भीती वाटते. आपल्याला ज्या गोष्टीची सवय नाही ती गोष्ट करायला नेहेमीच भीती वाटते आणि अशी गोष्ट जेव्हा दुसऱ्या व्यक्तीशी संबंधित असते तेव्हा जास्तच भीती वाटते. त्यातूनही बोलायचे काम म्हटले की, धाबेच दणाणते. ''मी इथे एका जागेवर बसून जास्त काम करीन पण कुठे जाऊन बोलायचे काम मला सांगू नका.'' असे वाक्य आपल्या मराठी तरुणांकडून बऱ्याच वेळा ऐकायला मिळते. खरेच, बोलणे एवढे कठीण आहे का? नीट विचार केलात, तर असे लक्षात येईल की, बोलणे एवढे कठीण नाही. कारण 'मला बोलायचे काम सांगू नका.' हे वाक्य तर नीट बोलता येते, म्हणजेच बोलणे कठीण नाही. मग नक्की काय कठीण आहे की, ज्याची भीती वाटते? मला असे वाटते की, समोरून येणाऱ्या संभाव्य नकाराची भीती वाटते. समोरचा माणूस आपल्याबद्दल काय मत करून घेईल, याची भीती वाटते. 'तो आपल्याला बावळट तर समजणार नाही ना', असे वाटते. 'तो आपल्याला बावळट समजला आणि त्याने तसे सगळ्यांना सांगितले, तर सगळे जण आपल्याला बावळट समजतील. तसे झाले तर आपल्याला जगणे मुश्कील होईल' वगैरे विचार मनात येतात म्हणून भीती वाटते. 'मन चिंती ते वैरी न चिंती' असे म्हणतात, ते खरे आहे. आता असे बघा, आपणही किती वेळा अनेक विक्रेत्यांना नकार देतो. ते कोण होते हे आपल्याला आठवतही नाही. ते कसे दिसत होते, तेही आपल्याला आठवत नाही. म्हणजेच, एखादी व्यक्ती जेव्हा नकार देते तेव्हा फक्त त्या व्यक्तीला त्या प्रॉडक्टची गरज नसते किंवा गरज तेवढीशी भासलेली नसते किंवा

भासली तरी ती वस्तू विकत घेण्याची तातडी नसते, एवढेच. तो विक्रेता स्मार्ट होता की बावळट होता हे त्याच्या खिजगणतीतही नसते. शिवाय, आपण त्याच्याबद्दल काहीही विचार केला तरी त्या विचारांमुळे त्याच्या आयुष्यावर यत्किंचतही परिणाम होणार नसतो. जगात अनेक लोक स्मार्ट आहेत किंवा बावळट आहेत किंवा लुच्चे आहेत किंवा लबाड आहेत, अशा आपल्या विचारांमुळे त्यांच्या दिनचर्येत काही फरक पडणार नाही. हे जसे खरे आहे तसेच जेव्हा आपण विक्रेता असतो तेव्हा त्यांच्या नकारामुळे किंवा ते आपल्याबद्दल काय विचार करतील याचा आणि आपल्या आयुष्याचा यत्किंचितही संबंध नाही, हे सर्व तरुणांनी लक्षात ठेवले तर तुमची भीती दूर होईल. जर ही भीती मनातून घालवली तर काय परिणाम होऊ शकतो ते खालील गोष्टीवरून कळेल.

कर्नल सॅंड्रस हे मिलटरीमधून निवृत्त झाले. उपजीविकेसाठी काय करावे हा त्यांच्यासमोर प्रश्न होता. त्यांना कोंबडी फ्राय चांगली करता येत होती. सगळी मित्रमंडळी त्यांच्या कोंबडी फ्रायची प्रशंसा करायची. मग त्यांना एक शक्कल सुचली. ते एका हॉटेलमालकाकडे गेले. त्यांनी आपली कोंबडी फ्राय त्यांच्या हॉटेलच्या मेनुकार्डावर लिहिण्याचा प्रस्ताव मांडला. 'प्रत्येक प्लेटमागे मला कमिशन द्या', असा तो प्रस्ताव होता. त्या हॉटेलमालकाने बाहेरचा रस्ता दाखवला. ते दुसऱ्या हॉटेलमध्ये गेले, मग तिसऱ्या अशी त्यांनी जवळजवळ हजार हॉटेल पालथी घातली. दोन वर्षं हेच चालू होते. एक हजार पाचव्या हॉटेलमालकाच्या मनात विचार आला की, यात माझे काहीही नुकसान नाही व त्याने होकार दिला. मग त्याच्या हॉटेलच्या मेनुकार्डावर 'केंटुकी फ्राइड चिकन'चा समावेश झाला. त्यानंतर केंटुकी चिकनचे यश आज जगभरात गेले आहे. जर कर्नलच्या मनात भीती आली असती तर आज तोच अयशस्वी झाला असता आणि जग केंटुकी चिकनपासून वंचित राहिले असते. त्यातून जो रोजगार निर्माण झाला तोही झाला नसता. विक्रेत्याच्या यशामुळे जगात रोजगार निर्माण होत असतात हे लक्षात ठेवलेले बरे.

हेच तत्त्व मी 'पुढकार घ्या – प्रभावी व्यक्तिमत्त्वाचे सूत्र' या माझ्या पुस्तकात मांडलेले आहे. त्यामध्ये 'उद्दिपक आणि प्रतिसाद' ही (स्टिम्युलस आणि रिस्पॉन्सची) संकल्पना मांडली आहे. आपल्या अंगावर जो प्रसंग बेततो ते उद्दिपक आणि आपण त्याला कसे हाताळतो तो आपला प्रतिसाद. बहुतेक वेळा आपल्या प्रतिसादाची पद्धत ठरलेली असते. म्हणजेच आपल्या वागण्याबोलण्याची तऱ्हा ठरलेली असते. आपण त्याला सवय म्हणतो. त्या सवयीबाहेर जायला लागले तर आपल्याला काही जमत नाही. सवय आपल्याला नियंत्रित करते; पण प्रभावी व्यक्तिमत्त्वाची माणसे आपल्या सवयी स्वत:च नियंत्रित करतात. सवय त्यांना नियंत्रित करत नाही तर ते सवयींना मुरड घालू शकतात, ते नवीन सवयी आत्मसात करू शकतात. तुम्हाला

उत्तम विक्रेता व्हायचे असेल आणि अनोळखी माणसाशी स्वत:हून संवाद साधायची सवय नसेल, तर ही एक संधी आहे असे समजा. या प्रोत्साहक संधीला चाकोरीच्या बाहेर जाऊन हाताळा. या उद्दिपकाला वेगळा प्रतिसाद द्यायची संधी आहे असे समजा, काहीतरी वेगळे करायची संधी आलेली आहे असे समजा. अनोळखी व्यक्तीशी स्वत:हून पुढाकार घेऊन, हसतमुखाने, धीटपणे बोला. तुम्ही त्या व्यक्तीसाठी अतिमहत्त्वाची व्यक्ती आहात अशा अविर्भावात त्या व्यक्तीसमोर उभे राहा.

इथपर्यंतची पायरी पार केली असेल तर आता आपण पुढे संवाद कसा साधायचा ते पाहू या.

एक गोष्ट मात्र पक्की लक्षात ठेवायची की, अशा परिस्थितीत या संभाव्य ग्राहकाशी तुमच्या प्रॉडक्ट किंवा सर्व्हिसबद्दलचे संभाषण पूर्णपणे टाळायचे. त्याबद्दल एक चकार शब्दही काढायचा नाही. या पायरीवर फक्त आपल्याला आपल्या संभाव्य ग्राहकाबद्दल शहानिशा करून घ्यायची आहे. हा संभाव्य ग्राहक आपला खरोखरीच ग्राहक आहे काय, याची खात्री करून घ्यायची आहे. शिवाय ही व्यक्ती एखाद्या कंपनीतील उच्चपदस्थ असेल तर त्या व्यक्तीमध्ये आणि आपल्यामध्ये अनेक अडथळे असतात. त्या कंपनीचा स्वागतकक्ष असतो. तिकडची स्वागतिका म्हणजेच रिसेप्शनिस्ट हा पहिला अडथळा. तिला डावलून आतमध्ये जाता येत नाही. बरे, तिला हुकूम असतो की, वाट्टेल त्याला आतमध्ये सोडायचे नाही. त्यामुळे ती अनेक प्रश्न विचारते व आपल्याला परत पाठवून देते. तिचा अडथळा कसाबसा पार केला तर त्या साहेबाची सेक्रेटरी बसलेली असते. ती सांगते, 'साहेब खूप कामात आहेत, तुम्हाला थांबावे लागेल.' तासभर थांबल्यावर जेवणाची वेळ झालेली असते व त्यामुळे आणखी एक ते दीड तास थांबावे लागेल असा निरोप येतो. त्यातूनही आपण थांबलोच तर त्यानंतर, 'साहेब तातडीच्या मिटींगला बाहेर गेले आहेत, आता उद्याच भेटतील' असे सांगितले जाते. परंतु हे अडथळे लीलया पार करायचे असतात. हे अडथळे दूर करण्याकरता आपली पूर्वतयारी उपयोगी येईल हे पहिल्या भागात मांडलेलेच आहे.

अनोळखी ठिकाणी खणखणीत आवाजात बोललात तर तुमचे काम झालेच म्हणून समजा. कोणत्याही कंपनीमध्ये जा, तिथे रिसेप्शनिस्टशी बोलायला लागेल. तिच्याशी खणखणीत आवाजात बोललात तर तुम्ही नव्वद टक्के जिंकलात म्हणूनच समजा. 'कुलकर्णींना सांगा, त्यांनी सांगितल्याप्रमाणे संजीव परळीकर आलेले आहेत.', असे मी एका रिसेप्शनिस्टला खणखणीत आवाजात सांगितले. माझे एकूणच टिपटॉप व्यक्तिमत्त्व पाहून आणि आवाजातला आत्मविश्वास पाहून तिला वाटले की, माझी कुलकर्णी साहेबांशी खूप चांगली ओळख आहे आणि मी त्यांची अपॉइंटमेंट घेतली आहे. त्यामुळे तिथे इतर व्यक्तीही कुलकर्णी साहेबांना

भेटायला आलेल्या असूनही तिने त्यांच्या आधी मला आत पाठवले.

संभाव्य ग्राहकाशी संवाद साधताना तुमचा आवाज अगदी खणखणीत ठेवायला शिका. खणखणीत आवाजात आत्मविश्वास दिसतो. ग्राहकाला आत्मविश्वास असलेल्या विक्रेत्याशीच संवाद साधायला आवडतो.

फोनच्या वापरासाठी पुढाकार घ्या

फोनमुळे तुमचा स्वागतकक्षात थांबण्याचा वेळ प्रचंड वाचू शकतो. परंतु फोनवरून बोलतानाही वरील पूर्वतयारी अतिशय जरुरीची आहे. पहिल्या प्रथम डोक्याच्या केसापासून ते पायाच्या नखापर्यंत संपूर्ण व्यक्तिमत्त्व टिपटॉप करा. चेहरा प्रसन्न करा आणि हसतमुखाने फोन करा. हा माझा सल्ला म्हणजे कुणाला वेडेपणा वाटेल. पण आपले संपूर्ण व्यक्तिमत्त्व फोनच्या वायरमधून आवाजाबरोबर वाहत जाते. पलीकडच्या व्यक्तीला आपण कोणत्या मूडमध्ये आहोत, आत्मविश्‍वास आहे की नाही वगैरे सगळे कळते. हे कसे होते, हे आपल्याला कळण्यापलीकडे आहे हे मान्य; परंतु हे असे होते, हे मात्र निश्चित. तुम्ही झोपेतून उठून कुणाला फोन केला तरी पलीकडच्या व्यक्तीला समजते, तुम्ही कुणाला रागावलेल्या मन:स्थितीत फोन केला तरी तुमचा राग नुसत्या 'हॅलो' म्हणण्याच्या स्टाईलवरून समजतो, तुम्ही प्रसन्नतेने फोन केलात तरी तुमच्या पहिल्या आवाजाच्या कंपनातून तुमच्या भावना वाहत जातात. त्यामुळे आपल्याला विक्रीसाठी फोन करायचा असेल, सेक्रेटरी आणि रिसेप्शनिस्टचा अडथळा दूर करायचा असेल, तर त्यांना जिंकून घेणे अतिशय आवश्यक आहे. गंभीर आवाजाने किंवा भेदरलेल्या आवाजाने कुणालाही जिंकता येणार नाही. त्यासाठी प्रसन्नता लागते. ती आवाजात ओतप्रोत भरलेली असली पाहिजे, कारण एरवी या व्यक्तींशी बोलताना आपण आपले संपूर्ण व्यक्तिमत्त्व त्यांच्यासमोर नेत असतो. आवाजाबरोबर आपली देहबोली पुष्टी देण्यासाठी असते. पोशाख असतो, चेहऱ्यावरील हास्य व प्रसन्न भाव डोळ्यांतून व्यक्त होत असतात. या सगळ्यामुळे आपण आपला मार्ग साधतो. परंतु जेव्हा फोनवरून बोलायचे असते तेव्हा ही जोड मिळणार नसते; पण त्याची कमतरता अशी भरून काढता येते. हे सगळे आपण आपल्यापाशी करायचे व मग फोन करायचा. तुम्ही पाहाल की, खणखणीत आवाजाबरोबर हे सगळे वाहत जाते व त्याची तुम्हाला जोड मिळवता येते. पलीकडच्या व्यक्तीच्या मन:चक्षूसमोर जे चित्र उभे राहील ते चांगले असेल व त्यामुळे तुम्हाला त्या व्यक्तीला जिंकता येईल. जेव्हा इतर विक्रेते रिसेप्शनमध्ये थांबलेले असतील तेव्हा तुम्ही मात्र तिथे ताटकळत न बसता राजासारखे आत जाऊ शकाल, कारण तुम्ही फोनवरून आधीच तुमच्या मुलाखतीची वेळ ठरवलेली असेल.

गरज ओळखण्यासाठी पुढाकार घ्या

ही तुमची तुमच्या गिऱ्हाईकाची प्रत्यक्ष भेट. या भेटीच्या मध्ये जे काही अडथळे होते ते आपण या आधीच पार केलेले आहेत. क्वचित कुणाला हे अडथळे येणारसुद्धा नाहीत. क्वचित गिऱ्हाईक तुमच्याकडे थेट चालत येईल. उदाहरणार्थ, दुकानातील विक्रेत्याकडे गिऱ्हाईक थेट चालत जाते. क्वचित काही विक्रेत्यांना थेट गिऱ्हाइकांशीच बोलायची संधी मिळते. उदाहरणार्थ, छोट्या व्यावसायिकांचे गिऱ्हाईक म्हणजे छोटेछोटे दुकानदार असतात. या विक्रेत्यांना थेट त्यांच्याशीच बोलायची संधी मिळते. काही विक्रेते घरोघरी जाऊन आपले प्रॉडक्ट विकत असतात. त्यांनाही थेट गिऱ्हाइकाशी बोलायची संधी मिळते. काहीही असो, अडथळा असो वा नसो, तो पार करून गिऱ्हाइकाशी थेट संपर्क साधणे आवश्यक आहे.

परंतु या भेटीत जर विक्रेत्याने थेट त्याच्या प्रॉडक्टचे सादरीकरण सुरू केले तर ही भेट अयशस्वी होण्याची शक्यताच जास्त आहे. या पायरीवर सर्वप्रथम त्या गिऱ्हाइकाची गरज काय आहे हे समजून घेतले पाहिजे. यासाठी विक्रेत्याने या व्यक्तीला प्रश्न विचारायला शिकले पाहिजे. याचे कारण असे आहे की, ही व्यक्ती अजूनही फक्त संभाव्य ग्राहकच आहे. काही प्रश्न विचारल्यावरच, हा खरोखरीच आपला ग्राहक होऊ शकतो की नाही हे तुम्हाला समजेल. तुम्ही पाहाल की, साडीच्या खरेदीसाठीसुद्धा आपण दुकानात गेल्यावर तेथील विक्रेते सुरुवातीला आपल्याला काही प्रश्न विचारतात व मगच साड्या दाखवायला लागतात. साडी रोजच्यासाठी पाहिजे की लग्नासाठी, स्वतःसाठी पाहिजे की भेट देण्यासाठी, तुमचे बजेट काय आहे, भेट द्यायची असेल ती व्यक्ती तरुण आहे की वयस्कर असे अनेक प्रश्न विचारल्यावर विक्रेता त्याच्या दुकानातल्या साड्या दाखवायला सुरुवात करतो.

परंतु जेव्हा एखादे प्रॉडक्ट विकायचे असते, तेव्हा ग्राहकाला त्या प्रॉडक्टची गरज आहे की नाही हे ओळखणे, त्यातल्या त्यात सोपे असते. काही प्रॉडक्ट्स विशेष प्रकारची असतात. त्यांची गरज ओळखणे हे सोपे नसते. तसेच जेव्हा काही सेवा विकायच्या असतात तेव्हा त्यांची गरज ओळखणे हेही अतिशय कठीण काम होते. काही उत्पादने आणि सेवा फक्त कंपन्यांनाच लागतात. या गोष्टी विकताना तुम्हाला कंपनीच्या मॅनेजरनाच जाऊन भेटावे लागते. अशा वेळेस सुरुवातीला गरज ओळखण्यासाठी संभाषण सुरू करायचे असते.

प्रामुख्याने दोन प्रकारे गरज ओळखता येते. एक म्हणजे ते प्रॉडक्ट किंवा सर्व्हिस वापरल्याने काय फायदा होईल ते दाखवायचे असते. दुसरा प्रकार म्हणजे ते प्रॉडक्ट किंवा सर्व्हिस घेतल्याने कोणते तोटे कमी होतील ते दाखवायचे असते.

आपण हे उदाहरणासहित पाहू या.

एका वजन करण्याच्या मशीनचे उत्पादन करणाऱ्या कंपनीचा विक्रेता आपले प्रॉडक्ट विकण्याकरता एका बिस्किटाचे उत्पादन करणाऱ्या कंपनीकडे जातो. तिथे तो तिकडच्या संचालकाला भेटतो.

विक्रेता : नमस्कार. मी प्रकाश जाधव. माझ्या कंपनीचे डिजीटल वजनाचे मशीन

ज्याज्या कंपन्यांनी वापरले त्यांचा फायदा पाच ते दहा टक्क्याने वाढला. तुम्हाला आमच्या प्रॉडक्टचा फायदा होईल की नाही हे जाणून घेण्यासाठी मी काही प्रश्न विचारीन. त्यानंतर मी तुम्हाला माझ्या कंपनीची ओळख करून दिली तर चालेल का?

संचालक : जरूर. जर माझा फायदा होणार असेल तर ते मला नक्कीच आवडेल.

विक्रेता : तुमच्या बिस्किटाच्या कारखान्याला रोज किती किलो पीठ लागते?

संचालक : दोनशे किलो.

विक्रेता : बिस्किटाच्या प्रत्येक बॅचला किती किलो पीठ लागते?

संचालक : ते कोणत्या प्रकारचे बिस्कीट आहे त्यावर अवलंबून असते. आमच्याकडे पाच प्रकारची बिस्किटे तयार होतात. पहिल्या आणि दुसऱ्या प्रकारासाठी वीस किलोची बॅच असते. बाकीच्या तीन प्रकारासाठी तीस किलोची बॅच असते.

विक्रेता : हे वीस किंवा पंचवीस किलो तुम्ही मोजून घेता की अंदाजे?

संचालक : मोजून घेतो. आमच्याकडे वजनाचा काटा आहे, त्यावरच मोजतो.

विक्रेता : त्या काट्यावर अचूकतेचा निर्देशांक ग्रॅमपर्यंत आहे की पाव किलो, अर्धा किलोपर्यंत आहे?

संचालक : आमच्याकडचा काटा जुना आहे. त्यावर प्रत्येक किलोचे चार भाग केलेले दिसतात, म्हणजे पाव किलोपर्यंत आहे.

विक्रेता : म्हणजे तुमची वीस किलोची बॅच बऱ्याच वेळा वीस किलोपेक्षा जास्तच असणार. म्हणजे बहुतांशी तुमची माणसं पाव किलो पीठ जास्तच घेत असणार. तसेच पिठाव्यतिरिक्त बाकीचे अनेक पदार्थ मोजून घेतानाही अशीच परिस्थिती असेल.

संचालक : हो खरे आहे, पण तसे तर असतेच आणि टक्केवारी बघितली तर हे अगदी छोट्या प्रमाणात आहे.

विक्रेता : हो, खरे आहे आणि आजपर्यंत आपला सगळ्यांचा हाच समज होता. पण आमच्या कंपनीच्या उत्पादनामुळे वेगळा विचार मांडला गेला. कच्च्या मालाच्या एक टक्का बचतीमुळेसुद्धा कंपनीच्या मिळकतीमध्ये दहा टक्क्यांची वाढ होऊ शकते. आता तुमच्या कच्च्या मालाच्या बचतीकरता तुम्हाला आमची डिजीटल मशीन वापरता येतील. त्यामुळे प्रत्येक बॅचचे तुम्ही अगदी ग्रॅमपर्यंत अचूक वजन करू शकता. म्हणजे प्रत्येक बॅचच्या वेळी तुमचा पाव किलोचा कच्चा माल वाचेल. तुम्ही दिवसाला किती बॅचचे उत्पादन करता हा हिशोब करा म्हणजे तुम्हाला कळेल की, एका महिन्यातच फक्त वाचलेल्या पिठातून अगदी सहजपणे एका दिवसाचे उत्पादन होईल. म्हणजेच तुमची उत्पादन क्षमता फक्त वजनाचा काटा बदलल्यामुळे वाढू शकते.

संचालक : मला हे वजनाचे मशीन पाहायला मिळेल का?

आता या पायरीवर विक्रेता त्याच्या प्रॉडक्टचे सादरीकरण करायला मोकळा झाला. कारण हा आता संभाव्य ग्राहक न राहता अगदी निश्चितपणे आपला ग्राहक झाला. सुरुवातीच्या बोलण्यामुळे तुमच्याकडे जे उत्पादन आहे त्याची गरज त्याला आहे हे त्याच्या लक्षात आले. आता हा संचालक तुमचे सादरीकरण पाहायला अतिशय उत्सुक झाला. आता विक्रेत्याला जितकी विकायची गरज आहे त्यापेक्षा ग्राहकाला ते मशीन आपल्या ताब्यात घेण्याची दुप्पट गरज निर्माण झाली आहे.

समजा, या कंपनीकडे आधीपासूनच डिजीटल मशीन असतील तर सुरुवातीच्याच प्रश्नाला तसे उत्तर दिले जाईल. मग विक्रेत्याला काय करता येईल ते पाहू या.

विक्रेता : नमस्कार. मी प्रकाश जाधव. माझ्या कंपनीचे डिजीटल वजनाचे मशीन

ज्याज्या कंपन्यांनी वापरले त्यांचा फायदा पाच ते दहा टक्क्याने वाढला. तुम्हाला आमच्या प्रॉडक्टचा फायदा होईल की नाही हे जाणून घेण्यासाठी मी काही प्रश्न विचारीन. त्यानंतर तुम्हाला मी माझ्या कंपनीची ओळख करून दिली तर चालेल का?

संचालक : हे पाहा, माझ्याकडे मी डिजीटल मशीनच वापरतो. त्यामुळे उगाचच आपण चर्चेमध्ये वेळ न घालवलेला बरा.

विक्रेता : अगदी खरे आहे. तुम्ही किती वर्षांपासून डिजीटल मशीन वापरता?

संचालक : गेली तीन वर्षे.

विक्रेता : गेल्या दोन वर्षांत या तंत्रज्ञानात बरेच नवीन संशोधन झाले आहे. तुम्ही ज्या कंपनीकडून हे मशीन घेतले असेल, त्यांनी तुम्हाला वेळोवेळी येऊन सांगितलेच असेल आणि ती सुधारणा तुमच्या मशीनमध्ये केलेलीच असेल, असे मी गृहीत धरतो.

संचालक : काय म्हणालात?

विक्रेता : आम्ही आमच्या जुन्या ग्राहकांना नवीन संशोधनाचा फायदा देतो. तुम्हाला तसा फायदा मिळाला नाही का?

संचालक : नाही. काय नवीन आहे?

आता या पायरीवर विक्रेता आपल्या प्रॉडक्टचे सादरीकरण करायला मोकळा. फक्त काळजी एवढीच घ्यायची की, या वेळी सादरीकरण नवीन तंत्रज्ञानाच्या दृष्टिकोनातून करावे लागेल. त्याकरता विक्रेत्याला स्वत:च्या कंपनीच्या उत्पादनाची खडान्‌खडा माहिती हवी. शिवाय इतर कंपन्यांच्या उत्पादनाबद्दलही माहिती हवी. आपल्या मशीनमध्ये आणि इतरांच्या मशीनमध्ये काय फरक आहे हे माहिती पाहिजे, तरच हा संभाव्य ग्राहक तुमचा ग्राहक होऊ शकतो.

वरील प्रकार हा आपले प्रॉडक्ट वापरल्याने कसा फायदा होईल ते दाखवण्याचा होता. आता आपण दुसरा प्रकार पाहू या. या प्रकारात आपले प्रॉडक्ट वापरल्याने कोणता तोटा कमी होईल हे दाखवून द्यायचा आहे.

एका अटेंडन्स रेकॉर्डिंग (Attendence Recording) मशीनची विक्री करणारा एक विक्रेता आहे. तो एका कंपनीच्या पर्सोनेल मॅनेजरला भेटतो.

विक्रेता : मी प्रकाश जाधव. माझ्या कंपनीच्या अटेंडन्स रेकॉर्डिंग मशीनमुळे तुमच्यासारख्याच कंपनीच्या पर्सोनेल मॅनेजरच्या आयुष्यात अतिशय शांतता आणि समाधान आले. तुम्हाला आमच्या मशीनमुळे असाच फायदा होईल की नाही हे जाणून घेण्यासाठी मी काही प्रश्न विचारले

आणि नंतर माझ्या कंपनीची ओळख करून दिली तर चालेल काय?

मॅनेजर : होय जरूर. शांतता आणि समाधान कोणाला नको असते?

विक्रेता : तुमच्या कंपनीत किती कामगार काम करतात?

मॅनेजर : सहाशे.

विक्रेता : प्रत्येक पगारानंतर पगाराबद्दलच्या किती तक्रारी येतात?

मॅनेजर : अहो, काही विचारू नका. कामगारांच्या तक्रारी सोडवता-सोडवता माझ्या नाकी नऊ येतात.

विक्रेता : यांपैकी बहुतेक तक्रारी हजेरीचे दिवस, कामाचे तास, ओव्हरटाइमचे तास यांच्या रेकॉर्डिंगमध्ये चुका झाल्यामुळेच असतील.

मॅनेजर : अगदी बरोबर. आमचे लोकसुद्धा काम बरोबर करत नाहीत. मग कामगारांच्या तक्रारी माझ्याकडे येतात.

विक्रेता : आमच्या अटेंडन्स रेकॉर्डिंग मशीनमुळे या सगळ्या तक्रारींचे मूळच निघून जाते व पर्सोनल मॅनेजरला काही विधायक काम करायला वेळ मिळतो. शिवाय तक्रारीचे मूळच नष्ट झाल्यामुळे कामगारांचा येण्याजाण्यात जो अनुत्पादक वेळ खर्च होतो तो वाचतो.

मॅनेजर : पण तुमच्या मशीनमुळे तक्रारीचे मूळ कसे नष्ट होते?

या पायरीवर विक्रेता आता त्याच्या प्रॉडक्टचे सादरीकरण करायला मोकळा झाला. यदाकदाचित त्याच्याकडे या प्रकारची मशीन्स असतील तर तो सुरुवातीलाच सांगेल आणि पुढचा वेळ वाचू शकेल.

याप्रमाणे संभाषणाच्या सुरुवातीला गरज जाणून घेण्याकरता तुम्हाला प्रश्न विचारता आला पाहिजे. त्या प्रश्नामध्ये तुमच्या प्रॉडक्टच्या वापरामुळे काय फायदे होतील किंवा कोणते तोटे वाचतील याची झलक दिसली पाहिजे. अथवा या प्रॉडक्टचा वापर न केल्यामुळे कोणते तोटे होताहेत व त्याच्या झळा कशा बसताहेत याची झलक दिसली तरी चालेल. पण गरज जाणून घेतल्या शिवाय कोणतेही सादरीकरण करू नका.

उपयुक्ततेचे सादरीकरण करा

या ठिकाणी तुमच्या उत्पादनाचे सादरीकरण करण्याची वेळ आलेली आहे असे समजा. क्वचित कधीतरी वरील संभाषण करायला तेवढा वेळ मिळणार नाही. अशा वेळी जर उपयुक्ततेच्या घोषणा किंवा उद्‌गार तयार ठेवलेत तर ते विक्रेत्याला आयुष्यात ते खूप उपयोगी पडतात. जेव्हा तुमचे उत्पादन नवीन असते तेव्हा ग्राहकाला त्याची गरज आहे की नाही हे माहीत नसते. अशा वेळेस संभाव्य

ग्राहकाशी बोलताना उपयुक्ततेचे उद्गार फारच उपयोगी पडतात.

"तुमच्या आत्ताच्या व्यवसायामध्ये कोणतेही मोठे फेरबदल न करता तुमची मिळकत दुपटीने वाढवायची योजना माझ्याकडे आहे. तुम्हाला त्याबद्दल चर्चा करण्यासाठी अर्धा तास वेळ आहे का?" असे बोलून सुरुवात केली तर कोणताही व्यावसायिक अर्धा तास काय, पण एक ताससुद्धा देईल.

"आमच्या उत्पादनामुळे तुमच्या कंपनीचे दरमहा निदान दहा हजार रुपये वाचू शकतील. तुमच्यासमोर सादरीकरण करायला मला फक्त पंधरा मिनिटे पुरतील. त्यानंतर तुम्हाला उत्पादन घ्यायचे की नाही हे तुम्ही ठरवू शकाल. त्यासाठी तुम्ही पंधरा मिनिटे देऊ शकाल का?"

अशा रितीने प्रॉडक्टची उपयुक्तता सांगणारे उद्गार काढलेत तर तुम्हाला यश मिळण्याची जास्त शक्यता असते. यानंतरचे सगळे सादरीकरण ग्राहकाला उत्पादनाची उपयुक्तता कशी राहील याच दृष्टिकोनातून केले तरच ते फायदेशीर ठरेल. कधीकधी उत्साहाच्या भरात काही विक्रेते आपले उत्पादन किती चांगले आहे किंवा इतर उत्पादनापेक्षा कसे वरचढ आहे हेच सादर करायच्या प्रयत्नात असतात; पण त्याची उपयुक्तताच ग्राहकाला पटली नसेल तर ते कितीही चांगले असेल तरी ग्राहक ते उत्पादन घेणार नाही. हे मुद्दे या पायरीवर येणार नाहीत. एकदा त्याला उपयुक्तता पटली आणि जर त्याला काही शंका असतील तर हे मुद्दे सादर करता येतील; परंतु तोपर्यंत विक्रेत्याला आपले पूर्ण लक्ष ग्राहकाच्या गरजेवरच केंद्रित करावे लागेल.

मध्यंतरी मला माझ्या एका मित्राचा फोन आला. तो एका कंपनीत मोठ्या हुद्द्यावर होता हे मला माहीत होते; पण फोन आल्यानंतर मला वेगळीच माहिती मिळाली. तो माझा मित्र म्हणून बोलत नव्हता, तर एक विक्रेता म्हणून माझ्याशी बोलत होता. त्याने अशा प्रकारे संभाषण सुरू केले.

विक्रेता : अरे मित्रा, मी माझी नोकरी सोडली.
(एवढे बोलल्यावर मला वाटले की, याने नोकरी सोडली आणि आता माझ्याकडे नवीन नोकरीसाठी विनंती करणार. मी तेव्हा जरा कामात होतो. त्यामुळे मला जास्त बोलायला वेळ नव्हता. म्हणून मी त्याला म्हणालो,)
मी : मित्रा, मी थोडा कामात आहे. त्यामुळे थोडक्यात बोललास तर बरे होईल.
विक्रेता : अरे, आता मी एका वेगळ्याच व्यवसायात शिरलो आहे.
मी : असं. कोणत्या?

विक्रेता : अरे, आता लोकांची लाइफस्टाइल बदलवून त्यांच्या आयुष्यात सुबत्ता आणि आनंद आणण्याचा व्यवसाय करतो.

मी : (आश्चर्याने) म्हणजे? हा कोणता व्यवसाय?

विक्रेता : म्हणजे मला सांग, आयकर वाचवण्यासाठी तू वर्षाकाठी किती पैशाची गुंतवणूक करतोस?

मी : साधारणपणे एक लाख रुपये.

विक्रेता : हे एक लाख रुपये तू स्वत:च्या मिळकतीमधून बचत करून गुंतवणूक करत असशील, बरोबर?

मी : होय.

विक्रेता : या एक लाखाच्या गुंतवणुकीमुळे तुझा तीस टक्के आयकर वाचत असेल. शिवाय या गुंतवणुकीवर तुला किती व्याज मिळते?

मी : बारा ते पंधरा टक्के. पण तू हे सगळे कशासाठी विचारतो आहेस?

विक्रेता : आता मी तुला सांगितले की, एक लाखाची बचत करण्यासाठी तुला स्वत:चे एक लाख रुपये घालायला नकोत. हे सगळं बाहेरच्या बाहेर होईल. तुझा आयकर तर वाचेलच, शिवाय तुला गुंतवणुकीवर तीस ते चाळीस टक्क्याचा फायदा होईल अशी माझ्याकडे योजना आहे. म्हणजे तुझ्याकडचे एक लाख रुपये तुला तुझ्या कुटुंबासाठी मिळतील. त्यामुळे तुझी लाइफ स्टाइल बदलून जाईल. तुला एक लाख रुपये जास्तीचे

मिळाल्यामुळे सुबत्ता येईल आणि घरात आनंद येईल. याबाबतच्या योजना ऐकायच्या असतील, तर मी तुझ्या घरी येऊ का?

हे ऐकून मी खरेच आनंदित झालो. मी त्याला लगेच हो म्हटले. संध्याकाळची वेळ ठरवली आणि त्याची घरी वाट पाहत बसलो. त्याने त्याच्या योजना सांगितल्यावर मला कळले की, हा आता इन्शुरन्स आणि आर्थिक गुंतवणूक सल्लागाराचा व्यवसाय करतोय; पण जर त्याने सुरुवातीलाच हे सांगितले असते तर एखाद्या वेळेस मी सांगितले असते की, माझी सगळी गुंतवणूक आधीच झालेली आहे आणि मग मी त्याला वेळ दिला नसता; पण त्याने किती सुंदरपणे सुरुवातीचे संभाषण केले. तो विमा विकत नव्हता तर लोकांना सुखवस्तू आणि आनंदी जगायला मदत करत होता; हे शब्द फोनवर ऐकून कोणालाही पुढे बोलावेसे वाटेल.

खरे म्हणजे विक्रेत्याचे मुख्य काम ग्राहकाची गरज जाणून घेण्याचेच असते. काही उत्पादनांच्या बाबतीत ती गरज ग्राहकाच्या लक्षात आणून द्यायला लागते. उदाहरणार्थ, युरेका फोर्ब नावाच्या कंपनीने जेव्हा ॲक्वागार्ड नावाचे पाण्याचे फिल्टर बाजारात आणले तेव्हा त्यांच्या जाहिरातीमध्ये त्यांनी हीच युक्ती वापरली. हे उत्पादन बाजारात यायच्या आधीही लोक पाणी पीत होते आणि तेही चांगले स्वच्छ होते; पण या कंपनीने जाहिरातीच्या माध्यमातून या उत्पादनाची गरज आहे हे पटवून दिले. तसे करताना त्यांनी हे उत्पादन वापरल्यानंतरचे परिणाम काय होणार आहेत हे दाखवले. या उत्पादनामुळे संपूर्ण कुटुंब आजारी पडत नाही, याचे चित्रीकरण केले, लहान मुलांना शाळेत गैरहजर राहायला लागत नाही हे दाखवले, मुलगा रॉकेट शास्त्रज्ञ होऊ शकेल असा आभासही निर्माण केला. यानंतर खूप उच्चभ्रू कुटुंबे ॲक्वागार्ड वापरू लागली. त्यानंतर त्यांचे विक्रेते हॉटेलमध्ये शिरले व त्यांनाही या उत्पादनाची गरज आहे हे पटवले. हॉटेलमध्ये ॲक्वागार्ड लागलेले दिसले तर तुमच्या हॉटेलमध्ये जास्त गिऱ्हाईके येतील व तुमची मिळकत वाढेल. कंपन्यांमध्येही त्यांनी सादरीकरण केले की, 'आमच्या उत्पादनामुळे तुमच्या कामगारांच्या गैरहजर राहण्याच्या तक्रारी कमी होतील व उत्पादकता वाढेल.' सगळीकडे ॲक्वागार्ड दिसू लागले आणि हे उत्पादन चांगलेच यशस्वी झाले.

अगदी याच धरतीवर त्यांचे दुसरे उत्पादन म्हणजे व्हॅक्युम क्लीनर. हे उत्पादन यायच्या आधीही लोक आपापली घरे स्वच्छ ठेवत होते. त्यासाठी आपली साधी केरसुणी आणि एक फडके वापरत होते. पण या कंपनीच्या जाहिरातीने लोकांच्या मनात व्हॅक्युम क्लीनरची गरज निर्माण झाली व त्यानंतर त्यांचे विक्रेते घरोघरी जाऊन सादरीकरण करू लागले व हल्ली बहुतेक उच्च मध्यमवर्गीयांच्या घरी व्हॅक्युम क्लीनर असतो. गंमत अशी आहे की, बहुतेकांच्या घरी तो धूळ खात पडलेला असतो व घराची स्वच्छता केरसुणीच करते.

सगळ्याच यशस्वी उत्पादनांच्या बाबतीत हेच झालेले दिसते. यातून आपल्याला शिकण्यासारखे काय आहे हेच पाहायचे. माणसाला उत्पादनाची उपयुक्तता पटली आणि या उपयुक्ततेची आपल्याला गरज आहे हे एकदा लक्षात आले की, मग तुमचे उत्पादन आपोआप विकले जाणार. विक्रेत्याचे खरे काम हेच असते. शिकाऊ विक्रेत्यांना हे माहीत नसते व ते कुणालाही आपले उत्पादन विकायला जातात, मग त्यांच्या हातात अपयश पडते. विक्रेता हा ग्राहकाची गरज भागवायला असतो. एखादे उत्पादन माथी मारणे हा त्याचा उद्देश नसतो.

सादरीकरण करताना आणखी एका गोष्टीची काळजी घ्यावी लागते, ती म्हणजे सर्वसाधारणपणे आपणा सर्वांना पैशाची भाषा कळते. तुमच्या उत्पादनाची उपयुक्तता तुम्हाला पैशाच्या रूपात मांडता आली पाहिजे. आमचे उत्पादन वापरल्याने किती पैशाचा फायदा होईल किंवा किती पैशाचा तोटा वाचेल किंवा किती वेळ वाचेल व त्याची किंमत काय किंवा किती त्रास वाचेल व त्याची किंमत काय आहे हे तुमच्या सादरीकरणामध्ये असले पाहिजे. तुम्ही म्हणाल, काही उत्पादनांच्या बाबतीत तसे करता येणार नाही. मान्य आहे. काही उत्पादने अशी असतात की, त्याने एकही पैशाचा फायदा नसतो, उलट खर्चच जास्त असतो; पण अशा बहुतेक उत्पादनांमुळे प्रतिष्ठा वाढते. मग आपण प्रतिष्ठा किती वाढेल याचा उपयोग सादरीकरणामध्ये करायला हवा. अशा उत्पादनांची गरज म्हणजे प्रतिष्ठाच असते. विक्रेत्याच्या सादरीकरणामध्ये ग्राहकाची गरज लक्षात घेऊनच सादरीकरण केले पाहिजे.

तुमचे सादरीकरणाचे भाष्य करताना समोरच्या व्यक्तीचे संपूर्ण लक्ष तुमच्याकडे असल्याशिवाय एकही शब्द बोलू नका. कित्येक वेळा काही मंडळी इतक्या गडबडीत असतात की, ते तुम्हाला सादरीकरण करायला सांगतात, पण त्यांचा अर्धा वेळ फोनवर बोलण्यात जातो किंवा त्यांच्या टेबलवरची कागदपत्रे वाचण्यात जातो किंवा आपल्या कॉम्प्युटरवरील/मोबाईलवरील किंवा अशाच काही कामात जात असतो. परंतु ते तुम्हाला सांगतील, 'मी ऐकतोय. तुम्ही बोलणे सुरू ठेवा.' अशा वेळेस जर तुम्ही तुमचे सादरीकरण चालू ठेवलेत तर तुम्ही हमखास अयशस्वी होणार असेच समजा. आपल्याला जे काही म्हणायचे आहे त्याकडे समोरच्या माणसाचे पूर्णपणे लक्ष नसेल तर तुम्ही बाजूला सारले जाणार असेच समजा. त्यामुळे त्या माणसाचे लक्ष वेधून घेणे हे आपले काम आहे. म्हणूनच आपण येथे पूर्णपणे थांबायचे, पण विक्रेत्याने आपली नजर मात्र त्या व्यक्तीवर केंद्रित केलेली असायला हवी. विक्रेता थांबला तर थोड्याच वेळात त्या व्यक्तीच्या लक्षात येते आणि ती व्यक्ती तुम्हाला परत सांगते, 'माझं लक्ष आहे.'; पण आपण शांतपणे आणि स्मितहास्य करून म्हणायचे, 'काही हरकत नाही सर. तुम्ही तुमचे

काम आटपा, आपण नंतर बोलू. म्हणजे दोन्ही कामे लवकर होतील आणि तुमचा वेळ वाचेल.' असल्या उत्तराने दोन शक्यता निर्माण होतात. एक म्हणजे ती व्यक्ती आपल्या हातातले काम चटकन आटपेल किंवा दुसरी शक्यता म्हणजे ती व्यक्ती ते काम बाजूला ठेवेल व तुमचे सादरीकरण ऐकेल. दोन्ही शक्यता विक्रेत्याच्या पारड्यातच जातात. क्वचित काही मंडळी मुद्दाम दुर्लक्ष करत असतील तर काही खरोखरीच कामात असल्यामुळे दुर्लक्ष करत असतील किंवा काही फक्त सवय म्हणून दुर्लक्ष करत असतील. त्यांचे कारण काहीही असो. तुम्ही तुमचे सादरीकरण करताना त्यांचे पूर्णपणे लक्ष वेधले पाहिजे. समजा, समोरच्या व्यक्तीला फोन आला आणि जर ती व्यक्ती फोनवर बोलायला लागली तर तुमचे सादरीकरण तिथेच थांबवा. ती व्यक्ती हातानेच तुम्हाला इशारा करेल की पुढे चालू द्या; पण विक्रेत्याने शांतपणे त्या व्यक्तीला हातानेच उत्तर द्यायचे की, 'काही हरकत नाही. मी थांबतो. तुमचे काम होऊ द्या आपण त्यानंतर बोलू.' असे केल्याने ती व्यक्ती पुढचा फोन घेणार नाही. ती व्यक्ती आपले संभाव्य ग्राहक असल्यामुळे आपण तिला अजिबात दुखवायचे नाही. आपण तिला सांगायचे नाही की, पुढचे फोन घेऊ नका. फक्त आपण शांतपणे थांबायचे. ती व्यक्ती आपोआप पुढचे फोन घेणार नाही. समजा, ती व्यक्ती तुमच्याकडे न बघता दुसरीकडे बघते आहे आणि तिचे तुमच्या बोलण्याकडे लक्ष नाही असे तुमच्या लक्षात आले, तर तुमच्या सादरीकरणाच्या भाष्यामध्ये लगेच त्या व्यक्तीचे नाव घ्या. आपल्या नावाचा उच्चार झाला की, कोणीही जिथून हाक आली, तिथे लगेच बघतो; पण आपल्या सादरीकरणाकडे समोरच्या प्रत्येकाचे लक्ष आहे की नाही, यावर सतत लक्ष ठेवायची जबाबदारी आपली आहे. ज्या क्षणी समोरच्या व्यक्तीचे लक्ष नसेल त्या क्षणी तुमचे सादरीकरण थांबवणे योग्य होईल. असे करण्याने विक्रेत्याचा आत्मविश्वास दिसतो. शिवाय, गरज नसताना आपण त्याच्या माथी काहीही मारणार नाही. आपण तिथे त्याच्या समस्येचे निवारण करण्यासाठी उभे आहोत. तुमच्याकडे त्याच्या समस्येचा उपाय आहे, पण हे त्या व्यक्तीला माहीत नाही आणि त्या व्यक्तीने तो उपाय समजून घेणे हे अगदी जरुरीचे आहे. त्याचे पूर्ण लक्ष नसेल तर त्याला उपाय नीट समजणार नाही व त्यामुळे विक्री होणार नाही.

सादरीकरणाचा दुसरा नियम म्हणजे सादरीकरण अतिशय प्रसन्न आणि हसतमुख चेहऱ्याने झाले पाहिजे. चेहऱ्यावर तणाव दिसायला नको. घामट चेहरा, विसकटलेले केस अजिबात नको. आजकाल विस्कटलेल्या केसांची फॅशन आहे. जर तुम्हाला फॅशन करायची असेल तर त्या दिवशी विक्रीसाठी न गेलेले बरे. ज्या दिवशी तुम्ही विक्रीसाठी सादरीकरण करणार असाल, त्या दिवशी केस छान विंचरलेले हवेत. तुम्ही जर फॅशन इंडस्ट्रीचेच साहित्य विकत असाल, तर एखाद्या वेळेस अपवाद

म्हणून चालेल; पण हा काही नियम नाही. नियम असा आहे की, प्रसन्न आणि हसतमुख चेहऱ्याने, घाम वगैरे पुसून, केस छान विंचरून, वर उल्लेखलेली संपूर्ण पूर्वतयारी करूनच सादरीकरणाला उभे राहा.

सादरीकरणाचा तिसरा नियम म्हणजे सादरीकरण नुसतेच तोंडी नको, तर ते दृक्श्राव्य असावे. बोलण्याच्या बरोबरच त्याच्या जोडीला काहीतरी डोळ्याला दिसणारे असावे. तुमच्या उत्पादनाची लिखित माहिती, त्याचे फोटो, त्याचे चित्र, प्रत्यक्ष प्रॉडक्ट असावे. (अर्थात, तुमचे उत्पादन छोटे आणि सहज बरोबर नेता येण्यासारखे असेल तर) हल्लीच्या तंत्रज्ञानाचा उपयोग करून स्लाइड, फिल्म, कॉम्प्युटरवरील सादरीकरण यांपैकी जे काही सुयोग्य असेल ते घ्यावे. तुम्ही याचा उपयोग न करता नुसतीच तोंडी माहिती सांगितली आणि ती कितीही चांगली सांगितली, तरी त्याला तंत्रज्ञानाची जोड असेल, एखाद्या फिल्मची जोड असेल तर ते अप्रतिम होईल. तुम्ही जर प्रत्यक्ष उत्पादन घेऊन प्रात्यक्षिकच करून दाखवले तर तेच उत्तम सादरीकरण होईल व तुमच्या कंपनीच्या उत्पादनाची विक्री होऊ शकेल. तुम्ही पाहाल की, जे रस्त्याच्या कडेला आपले उत्पादन घेऊन जे प्रात्यक्षिक करून दाखवतात त्यांची विक्री छान होते.

प्रशस्ती पत्रक गोळा करण्यासाठी पुढाकार घ्या

प्रत्येक विक्रेत्याने आपापल्या ग्राहकांकडून प्रशस्ती पत्रक गोळा केले पाहिजे. हे पुढच्या विक्रीसाठी उपयोगी पडते. जसजशी तुमच्या कंपनीच्या उत्पादनाची विक्री होऊ लागते तसतसे तुम्ही जर दाखले किंवा प्रशस्ती पत्रके गोळा केलीत तर पुढची विक्री फक्त प्रशस्ती पत्रकावरच होते. विक्रेत्याला काही बोलायची गरजच पडत नाही.

तुमच्या ग्राहकांकडून प्रशस्ती पत्रक जरूर मागा. कुणीही हे मागितल्याशिवाय देत नाही. त्यासाठी पुढाकार घ्यावा लागतो. काही ग्राहक तुमच्या उत्पादनावर संतुष्ट असतात, पण प्रशस्ती पत्रक द्यायला कुरकुर करतात. अशा वेळी विक्रेत्याला आपली कौशल्ये वापरावी लागतील. काही मंडळींनी कुरकुर केली तर विक्रेत्याला सांगावे लागेल, 'सर, तुम्ही आमच्यासाठी व्ही.आय.पी. आहात. तुम्ही आमच्या उत्पादनावर आणि आमच्या कंपनीच्या सेवेवर समाधानी आहात. तुमचे मत हे आमच्यासाठी फार मोलाचे आहे. शिवाय जसा तुम्हाला फायदा होतो आहे तसाच फायदा इतरांनाही व्हावा यासाठी तुमचे प्रशस्ती पत्रक हवे आहे. न जाणो तुमचे नाव वाचून आणि तुमचे पत्र वाचून एखाद्या व्यक्तीलाही भरपूर फायदा होईल व ती तुमची अतिशय ऋणी राहील. मला वाटते, तुम्हाला इतरांचे आशीर्वाद किंवा शुभेच्छा घेऊन जगायला निश्चितपणे आवडेल आणि अशा तऱ्हेने सकारात्मकतेचे

वर्तुळ वाढेल आणि त्यात तुमचा सहभागही असेल.'

अशा गोड बोलण्यामुळे बहुतेक माणसे प्रशस्ती पत्रक द्यायला तयार होतात; परंतु काही जण म्हणतील की, मला हे लिहीत बसायला वेळ नाही. तुम्हीच तुम्हाला जे पाहिजे ते लिहा, मी सही करीन. अशा वेळेस तुमच्याकडे मजकूर तयार ठेवा. ज्या प्रकारचे प्रशस्तीपत्रक पुढील संभाव्य ग्राहकाला दाखवायला लागेल असा मजकूर आपल्याकडे तयारच असला पाहिजे.

काही उत्पादनांबाबत प्रशस्ती पत्रक म्हणून फोटोच काढावे लागतील. त्यासाठी काही व्यक्तींचे आणि तुमचे उत्पादन ज्या ठिकाणी लावलेले आहे अशा ठिकाणचे फोटो काढावे लागतील. हे उत्पादन वापरल्यानंतरचा समाधानी चेहरा दाखवावा लागेल. असले फोटो हे अक्षरश: दगडासारख्या कठीण अडचणींच्या ठिकऱ्या करतात. त्यातून तुम्ही जर तुमच्या संतुष्ट गिऱ्हाइकांचे इंटरव्ह्यू घेतलेत आणि त्याचे शुटिंग केले, तर विचारायलाच नको. तुम्हाला विक्री करण्यासाठी जास्त कष्ट घ्यायला लागणार नाहीत.

■

तिसरा भाग

आक्षेप हाताळा
(Objection Handling)

विक्रीच्या मार्गात येणारे अडथळे

ग्राहकांचे आक्षेप

"मला तुमचे उत्पादन नको आहे."

"तुमचे उत्पादन चांगले आहे, पण त्याची किंमत माझ्या आवाक्याबाहेरची आहे. त्यामुळे ते मला परवडणार नाही."

"ज्या मालाला मागणी आहे असाच माल मी माझ्या दुकानात ठेवतो. तुमच्या मालाला मागणी नाही. त्यामुळे मला माझ्या दुकानात माल ठेवायचा नाही."

"तुमचे मशीन आमच्या कामाचा ताण सहन करू शकेल असे मला वाटत नाही. मला असे वाटते की तुमच्या मशीनचे डिझाईन चुकीचे आहे. त्यामुळे मला हे मशीन नको."

"माफ करा, पण आम्ही नुकतीच संपूर्ण वर्षाची योजना आखलीय आणि त्यानुसार खरेदीच्या ऑर्डरसुद्धा नक्की केल्यात. तुम्ही थोडे उशिरा आलात. पण काही हरकत नाही, पुढच्या वर्षी लवकर या म्हणजे मग आपल्याला काहीतरी करता येईल."

"तुमची कंपनी मोजक्याच 'मर्जीतल्या' लोकांना सगळ्या सवलती देते. त्यांनाच माल मिळतो, उधारी मिळते, सगळे मिळते. आम्ही काही तुमच्या 'मर्जीतले' नाही. आम्हाला मालही वेळेवर मिळत नाही व उधारी तर नाहीच नाही. त्यामुळे आम्ही आता तुमचा मालच घेणे बंद केले. या आता."

"हे पाहा, मी तुम्हाला सरळच सांगतो. मला तुमचे उत्पादन नको."

असली वाक्ये विक्रेत्याला नेहमीच ऐकावी लागतात. हे आक्षेप म्हणजे लोखंडी दरवाजासारखे असतात. याला पार केल्याशिवाय आपली विक्री होणारच नसते. हे लोखंडी दरवाजे सहजासहजी उघडणारे नसतात, परंतु हे उघडायला काही विशिष्ट पद्धती वापराव्या लागतात. त्याशिवाय हे दरवाजे उघडत नाहीत. खालील पाच तंत्रांचा वापर केलात तर तुम्ही आक्षेप चांगल्या प्रकारे हाताळू शकाल.

१. डोक्यावर बर्फ ठेवा.
२. आक्षेपाचा जोर कमी करण्यासाठी ग्राहकाचे बोलणे अडथळा न

आणता ऐकून घ्या.
३. आक्षेपाचे प्रश्नामध्ये रूपांतर करा.
४. आक्षेपातील प्रश्नाचे उत्तर द्या.
५. आजच्या आक्षेपातून धडा घ्या आणि उद्याच्या विक्रीचे सादरीकरण सुधारा.

डोक्यावर बर्फ ठेवा

सर्वप्रथम महत्त्वाची गोष्ट म्हणजे विक्रेत्याला डोक्यावर बर्फ ठेवता आला पाहिजे. कोणत्याही परिस्थितीत त्याचे डोके थंड आणि ठिकाणावर ठेवता आले पाहिजे. कित्येकांना हे जमत नाही. ज्यांना हे जमत नाही त्यांच्यापुढे अनेक प्रश्न उभे असतात. 'समोरची व्यक्ती अपमानकारकपणे बोलली तर डोके थंड कसे राहील? समोरची व्यक्ती कुत्सितपणे बोलली तर डोके थंड कसे राहील? समोरची व्यक्ती मुद्दाम टोचून बोलली तर डोके थंड कसे राहील? समोरची व्यक्ती अरेरावीने बोलली तर डोके थंड कसे राहील? मग ती ग्राहक असली म्हणून काय झाले?'

पण ही कला शिकायची असेल तर काय करायला पाहिजे हे मी 'पुढाकार घ्या' या माझ्या पुस्तकात सविस्तर लिहिलेलेच आहे. जर त्यातील स्वाध्याय अमलात

आणले तर ही कला तुम्हाला निश्चितपणे जमेल. ही कला किती सोपी आहे हे जाणून घेण्यासाठी पुढीलप्रमाणे विचार करा– समोरच्या व्यक्तीचे कुत्सितपणे बोलणे म्हणजे एक शक्तिशाली उद्दिपकच. या उद्दिपकाला नियंत्रित कसे करायचे, हे विक्रेत्याला शिकले पाहिजे. याकरता विक्रेत्याने आपली विचारशुद्धी केली पाहिजे. समोरच्या व्यक्तीने काय बोलावे व कसे बोलावे हा मुद्दाच मुळी गौण आहे. मुख्य मुद्दा आहे तो म्हणजे समोरच्या व्यक्तीच्या बोलण्यावर माझा प्रतिसाद काय राहील. हा प्रतिसाद त्याच्या बोलण्यावर अवलंबून राहणार नाही, तर प्रामुख्याने माझ्या जीवनविषयक दृष्टिकोनावर अवलंबून राहील, माझ्या विचारांवर अवलंबून राहील. माझे विचार संपूर्णपणे माझ्या नियंत्रणात आहेत. म्हणजे ओघानेच माझी कोणतीही प्रतिक्रिया कितीही प्रतिक्षिप्त असली तरी ती माझ्या नियंत्रणातच असणार. हे विचार अमलात आणले तर डोक्यावर बर्फ ठेवणे अजिबात जड जाणार नाही.

'डोक्यावर बर्फ ठेवणे' या संज्ञेचा शब्दशः अर्थ घेऊ नाही. त्याचा मतितार्थ एवढाच आहे की, कोणत्याही परिस्थितीत चेहऱ्यावरची प्रसन्नता विक्रेत्याने ढळू देता कामा नये. क्वचित कधीतरी एखादा ग्राहक अशा पद्धतीने बोलेल की तुम्हाला त्याच्या बोलण्याचा संताप येईल, पण ती व्यक्ती तुमचा ग्राहक असल्यामुळे तुम्हाला त्या ठिकाणी उलट उत्तर करता येणार नाही. मग तुम्हाला तुमचा राग गिळायला लागेल, पण राग कितीही गिळला तरी चेहऱ्यावर त्याचे भाव उमटलेले असतात व अशा चेहऱ्यामुळे तुमच्या भावना ग्राहकापर्यंत पोहोचतात. शिवाय, शरीरात राग असल्यामुळे त्याचा जो काही शारीरिक परिणाम व्हायचा असतो तो तर होतोच; म्हणजे तुमचे हृदय वेगाने काम करायला लागते, रक्तदाब वाढतो, शरीराची उष्णता वाढते, चेहऱ्याचा रंग बदलतो, डोळ्यांमध्ये रक्तपुरवठा जास्त होतो व डोळे लाल दिसतात. यानंतर मानसिक परिणाम होतो. तुमच्या विचारांचा वेग वाढतो, त्याची दिशा बदलते, तुम्ही मूळ मुद्द्यापासून भरकटण्याची दाट शक्यता असते. या सगळ्यामुळे तुमची ती मीटिंग यशस्वी होत नाही. मग त्याचाही तुम्हाला राग येतो. त्या क्षणानंतरचा संपूर्ण दिवस किंवा रात्र खराब जाते. शरीरात असलेला राग कोणालाही गिळता येत नाही. तो राग कशावरतरी किंवा कोणावरतरी निघतोच. तो राग मग रस्त्यावर निघेल किंवा ऑफिसमधील शिपायावर निघेल, बसमध्ये कोणाशीतरी भांडण होईल, रिक्षावाल्याशी भांडण होईल, टॅक्सीवाल्याशी भांडण होईल, बायकोशी भांडण होईल, आईशी भांडण होईल किंवा बहीण, भाऊ वगैरे कोणाशीतरी भांडण होईल आणि तसे काहीच झाले नाही तरी तो राग तुमच्या शरीरातून कशी वाट काढेल हे तुम्हालाही कळणार नाही. तुम्हाला ॲसिडिटीचा त्रास होऊ शकेल, सिगारेटचे व्यसन लागेल, दारू किंवा पानाचे व्यसन लागू शकेल, एखाद्याला जास्त खाण्याची किंवा चहा पिण्याची सवय लागू शकेल. कारण राग

पोटातल्या पोटात राहू शकत नाही. तो कुठूनतरी बाहेर पडणारच. आपण जर त्याविषयी जागृत नसलो तर तो आपल्या नकळत त्याला हवा तसा निघेल, जर जागृत असलो तर आणि तरच तो तुमच्या नियंत्रणात राहील. राग गिळल्यानंतर त्याला पोटातून वाट कशी काढून द्यायची हे तुम्हाला जमणार नसेल, तर मग राग येऊच न देणे हे तर तुम्हाला जमायलाच हवे, कारण राग आल्यानंतर व तो गिळून टाकल्यानंतर त्याला वाट काढून देणे हे जास्त कठीण काम आहे. किंबहुना ज्याला राग येऊ न देणे जमते, त्यालाच राग आल्यानंतर त्याला वाट कशी काढून द्यायची ते जमते. याचे कारण असे आहे, की कितीही नियंत्रित केलं तरीही थोडासा राग हा येतोच; पण तो स्वतःच्या नियंत्रणात ठेवून त्याला वाट मोकळी करून देणे हेच विक्रेत्याचे काम आहे. थोडासाच राग आला आणि त्याला लगेच वाट मोकळी करून दिली तर चेहऱ्यावरील प्रसन्नता ढळणार नाही; पण थोडासा राग नियंत्रित करता आला नाही तर मग तो वाढून चेहऱ्यावरील प्रसन्नता काढून घेतो. चेहऱ्यावर एकतर प्रसन्नता असेल किंवा राग असेल. राग असताना प्रसन्नता असू शकत नाही आणि प्रसन्नता असताना राग असू शकत नाही. एका खुर्चीवर एका वेळी एकच माणूस बसतो. जर पहिल्याने स्वतःहून उठून जागा दिली, तरच नंतर आलेला माणूस बसू शकतो; पण पहिल्याने जागा दिलीच नाही तर दुसऱ्याला ताटकळत उभे राहावे लागेल किंवा तो निघून जाईल. पण पहिला माणूस अतिशय कमकुवत असेल तर तो कोणालाही उठून जागा देईल. आपली प्रसन्नता कमकुवत असते. मग छोट्याछोट्या उद्दीपकांतूनही ज्या काही भावना निघतील त्याला आपण लगेच जागा देतो. मग 'भटाला दिली ओसरी आणि भट हातपाय पसरी' ही म्हण खरी होते. आपली प्रसन्नता लगेच अदबशीरपणे उठून त्या रागाला जागा देते. मग तो लगेच त्या खुर्चीवर स्थानापन्न होतो आणि आपले हात-पाय पसरायला लागतो. मग आजूबाजूच्या खुर्च्यांवरही त्याचे हातपाय पसरले जातात. म्हणूनच पुढाकार घ्या, विचारशुद्धी करा आणि डोक्यावर बर्फ ठेवायला शिका. ही कला शिकलात, तर केवळ विक्रीच्या क्षेत्रातच नाही तर एकूणच आयुष्यात बरेच काही मिळवता येईल.

आक्षेपाचा जोर कमी करण्यासाठी ग्राहकाचे बोलणे अडथळा न आणता ऐकून घ्या

जेव्हा एखादा ग्राहक अतिशय चिडून तुमच्या सर्व्हिसबद्दल अपशब्द बोलत असतो किंवा तुमच्या प्रॉडक्टच्या किमतीबद्दल अपशब्द बोलत असतो तेव्हा विक्रेत्याच्या मनात अहं जागृत होऊन त्या ग्राहकाबद्दल राग येईल. पण याच ठिकाणी विक्रेत्याला डोक्यावर बर्फ ठेवायला लागेल. त्याने तुमच्या उत्पादनाबद्दल किंवा सेवेबद्दल काहीही अपशब्द काढले तरीही विक्रेत्याने त्याचे काहीही अर्थ काढू

नयेत. प्रसन्न चेहऱ्याने त्याचे म्हणणे फक्त ऐकून घ्यावे. नुसते एवढे जरी केले तरी तुम्ही पाहाल की थोड्या वेळाने त्याच्या आक्षेपाचा जोर कमी झालेला असेल. पण जर तुमच्या चेहऱ्यावर राग आला आणि तुम्ही काहीही बोलला नाहीत तरी रागाच्या भावना तुमच्या चेहऱ्यावरून त्याच्याकडे पोहोचतील आणि मग त्याच्या आक्षेपाचा जोर कमी होणार नाही.

आपण एक उदाहरण पाहू या.

विक्रेता आपल्या संभाव्य ग्राहकाशी संवाद साधत आहे; पण त्या ग्राहकाच्या मनात त्या कंपनीविषयी शंका आहे कारण त्याला भूतकाळात त्या कंपनीच्या सर्व्हिसविषयी कटू अनुभव आलेला आहे. त्यामुळे विक्रेत्याचे बोलणे झाल्यावर तो आपला आक्षेप ऐकवतो.

ग्राहक : हे पाहा, तुम्ही आत्ता इथे तुमच्या सेवेबद्दल कितीही बाता मारल्या तरी सत्य परिस्थिती काय आहे हे सगळ्यांना माहीत आहे. अहो, तुमचे लोक म्हणजे एक नंबरचे खोटारडे आहेत.

(एवढे ऐकल्याबरोबर विक्रेत्याला भयंकर राग येतो. 'आपल्या कंपनीला खोटारडे म्हणतो म्हणजे काय? हा माणूस स्वत:ला समजतो तरी काय? आम्ही इतके प्रामाणिकपणे काम करतो व तो मला चक्क खोटारडा म्हणतो? याला चांगलाच धडा शिकवायला पाहिजे.')

विक्रेता : हे पाहा, माझ्या कंपनीला उगाचच खोटारडे म्हणायचे काही काम नाही. तुम्हाला आमची सेवा घ्यायची असेल तर घ्या, नाही तर नका घेऊ. तुमच्यासारखी गिऱ्हाईके आम्हाला नकोतच. हल्ली खूप लोक पैसे देत नाहीत आणि आमच्या लोकांना उगाचच नावे ठेवतात.

ग्राहक : काय म्हणालात? आम्ही तर पैसे वेळेच्या आधी देतो आणि 'तुम्ही पैसे देत नाही आम्हाला' असे म्हणता. चालते व्हा आधी इथून.

आता या संभाषणानंतर हा विक्रेता अतिशय चिडून निघून जाणार आणि मग आपला राग कोणावर तरी काढल्याशिवाय राहणार नाही. त्याचाही हेतू चांगलाच होता आणि ग्राहकाचाही चांगलाच होता; पण संभाषण शेवटी वादामध्येच संपले. हे का झाले? कारण विक्रेत्याला डोक्यावर बर्फ ठेवण्याची कला अवगत नव्हती.

ही कला अवगत करायची म्हणजे काय कारायचे? आपल्याला काही खराखुरा बर्फ डोक्यावर घेऊन नाचायचे नाही. आपल्याला काल्पनिक बर्फ घ्यायचा आहे. हा बर्फ म्हणजे एक विचार आहे. तो विचार कायम आपल्या स्मरणात ठेवायचा आणि विशेष करून विक्रीला जाण्याच्या आधी तो विचार आठवून ताजा करायचा. तो

विचार असा आहे की, 'समोरच्या व्यक्तीने काय बोलावे किंवा काय बोलू नये, हे सर्वस्वी माझ्या नियंत्रणाबाहेर आहे, शिवाय त्या व्यक्तीला काहीही बोलण्याचे संपूर्ण स्वातंत्र्य आहे; पण त्या बोलण्याबाबतचा माझा प्रतिसाद संपूर्णपणे माझ्या नियंत्रणात राहणार आहे. त्याच्या असंबद्ध बोलण्यामुळे माझा माझ्यावरचा ताबा सुटणार नाही. तो माझ्याच ताब्यात राहील. माझा रिमोट कंट्रोल मी समोरच्या व्यक्तीकडे देणार नाही.'

याचा परिणाम काय होईल ते आपण पाहू या. जेव्हा ग्राहक तुमच्या उत्पादनाविषयी किंवा तुमच्या कंपनीविषयी असंबद्ध बोलेल तेव्हा पहिल्या प्रथम असा विचार येईल, की, 'त्याला हे बोलण्याचा संपूर्ण अधिकार आहे. त्याने काय बोलावे किंवा काय बोलू नये हे माझ्या नियंत्रणाबाहेर आहे. तो त्याच्या संस्कारांप्रमाणे बोलतो आहे, पण त्यालाही माझा प्रतिसाद चांगलाच असेल, कारण तो संपूर्णपणे माझ्या नियंत्रणात आहे. शिवाय माझा प्रतिसाद माझ्या संस्कारातून येणार आहे. माझे संस्कार चांगलेच आहेत. मी एक सुसस्कृत व्यक्ती आहे. त्यामुळे माझा प्रतिसाद सुसंस्कृतच येणार. या विचारामुळे आपल्या चेहऱ्यावरची प्रसन्नता मावळणार नाही. आपण पूर्णपणे त्याचे बोलणे समजून घेण्याच्या दृष्टिकोनातून ऐकू शकू. त्याच्या डोळ्याला डोळा भिडवून ऐकू शकू. त्या व्यक्तीच्या बोलण्याला कोणताही अडथळा न आणता आपण फक्त प्रसन्न चेहऱ्याने ते सगळे बोलणे ऐकून घ्यायचे. तुम्ही विचाराल, 'असे केले तर तो वाट्टेल ते बोलत जाईल व आम्हाला शिव्यासुद्धा देईल. आम्ही जर आमच्या कंपनीला वाट्टेल ते बोललेले मान्य केले, तर मग आमच्या कंपनीच्या उत्पादनाची विक्री कशी होणार?'

अशी शंका मनात येणे साहजिक आहे. पण त्याचे सगळे बोलणे मान्य करायचे असे मी म्हटलेलेच नाही. मी फक्त एवढेच म्हणतो आहे, की त्याचे बोलणे प्रसन्न चेहऱ्याने, आनंदी मूडमध्ये राहून ऐकून घ्यायचे. तो वाट्टेल ते बोलताना जर तुम्ही अपसेट झालात तर त्या प्रसंगाचे नियंत्रण त्या व्यक्तीकडे जाते; पण जर तुम्ही खंबीर राहून ऐकत असाल तर त्याही प्रसंगात नियंत्रण तुमच्याचकडे राहील. तुमच्या प्रसन्न मूडची ढाल इतकी मजबूत असेल तर त्याचा एकही बाण ती ढाल पार करून आलेला नाही, हे त्यालाही समजेल व थोड्या वेळाने त्याच्या आक्षेपाचा जोर कमी झालेला आहे हे तुम्हाला कळेल.

माझा अनुभव असा आहे की जर समोरच्या व्यक्तीने तुमच्या कंपनीबद्दल 'खोटारडे' वगैरे सारखे शब्द वापरले, तर थोड्या वेळाने ती व्यक्ती आपणहून ते शब्द सुधारेल व म्हणेल की, 'सगळेच लोक काही खोटारडे नसतात. मी तुम्हाला व्यक्तिश: बोलत नाही किंवा तुमच्या संपूर्ण कंपनीविषयीही बोलत नाही, पण मला तुमच्या कंपनीतल्या काही व्यक्तींबाबत वाईट अनुभव आला आहे.'

समजा, त्या व्यक्तीने आपले संभाषण बदलले नाही तर काय करायचे?

तर आपण आता पुढच्या पायरीवर जायचे.

आक्षेपाचे प्रश्नामध्ये रूपांतर करा

आक्षेपाचे जे काही मुद्दे आहेत ते प्रसन्न चेहऱ्याने ऐकून घेतल्यावर मग त्या आक्षेपाचे आपण एका प्रश्नामध्ये रूपांतर करायचे. असा प्रश्न की जो हे संभाषण आपल्याला हव्या त्या दिशेला नेईल. आपण हे वरच्या उदाहरणावरूनच पाहू या. वरील उदाहरणामध्ये ग्राहकाने आपल्या तोंडाचा पट्टा सोडला आणि आपल्यावर किंवा आापल्या कंपनीवर वाट्टेल तसे आरोप केले. आता त्या आरोपाचे आपण एका प्रश्नामध्ये रूपांतर केले, की मग पुढचे काम सोपे होईल. आपण ते आरोप परत एकदा पाहू या.

ग्राहक : हे पाहा, तुम्ही आत्ता इथे तुमच्या सर्व्हिसबद्दल कितीही बाता मारल्या तरी सत्य परिस्थिती काय आहे हे सगळ्यांना माहीत आहे. अहो, तुमचे लोक म्हणजे एक नंबरचे खोटारडे आहेत. तुमचा मॅनेजर येऊन जातो, आमची तक्रार ऐकून जातो आणि त्याचे पुढे काही होत नाही. कस्टमर सर्व्हिसमध्ये फोन केला तर कोणी फोन उचलत नाही आणि उचललाच तर उद्धटपणे उत्तरे देतात. परवा फोन केला आणि विचारले की सुभाष आहे का? तर उत्तर आले, की इथे सुभाष नावाचा कोणीही काम करत नाही आणि चक्क फोन बंद करून टाकला. जेव्हा तुमचा सुभाष इथे आला होता तेव्हा त्याने जो फोन नंबर दिला होता त्याच नंबरवर आम्ही फोन केला. आता हा खोटारडेपणा झाला नाही तर काय? अशी तुमची सर्व्हिस. आता तुम्ही का बाता मारताय? आता बोला ना, गप्प का बसलात?

असे काहीसे बोलणे झाले, तर सर्वप्रथम अडथळा न आणता ऐकून घ्यायचे. बहुतेक वेळा चिडलेल्या माणसाला समोरच्याकडून काहीतरी प्रतिक्रिया हवी असते व ती त्याच्या अनुभवाला दुजोरा देणारी असली, तर तो पुढचे बोलणे ऐकून घ्यायला तयार होतो; पण जर त्याला नकार दिलात, तर तो पुढचे ऐकणे बंद करतो. तो आपला ग्राहक आहे व त्याने आपले बोलणे ऐकायचे बंद केले तर सगळेच मुसळ केरात जाईल. त्यामुळे त्याचे कान बंद होऊ न देणे याची खबरदारी आपल्याला घ्यावी लागेल.

विक्रेता : मला तुमची समस्या समजली. तुम्हाला आमच्या कंपनीच्या सर्व्हिसचा बराच वाईट अनुभव आलेला दिसत आहे. पण मला एक सांगा, असे हल्लीच सुरू झालेले आहे?

या प्रश्नामुळे दोन गोष्टी होतील. एक म्हणजे संभाषण सुरू राहील आणि दुसरी म्हणजे त्याने जीजी काही विशेषणे वापरली ती सगळी बाजूला सारली जाऊन नक्की

प्रॉब्लेम काय आहे याची चर्चा सुरू होईल. जर त्याने सांगितले की, ही नित्याचीच बाब आहे, तर आपल्याला आपल्या सर्व्हिसमध्ये कुठे सुधारणा करावी लागेल याबद्दलची माहिती मिळते. अशी माहिती दिल्याबद्दल आपण ग्राहकाचे आभारच मानायला पाहिजेत. कारण ही गोष्ट सुधारली तर पुढच्या विक्रीची हमी मिळेल. यदाकदाचित हे हल्लीच झाले असे म्हटले तर मग हा प्रसंग बोलताबोलता सहज बाजूला सारता येतो. फक्त असे करताना, यापुढे असे होणार नाही याची खात्री द्यावी लागेल.

समजा तो फक्त म्हणाला की तुमची कंपनी खोटारडी आहे, मला तुमच्याशी बोलायचेच नाही, तर तुम्ही उलट बोलण्याची घाई करू नका. काही सेकंद वाट पाहा. जर शांतता पसरली तर मग त्याला बोलते करण्यासाठी खालीलप्रमाणे एक प्रश्न विचारा.

विक्रेता : तुम्हाला आमच्या सर्व्हिसचा बराच वाईट अनुभव आलेला दिसतो. आमच्यापैकी कुणी तुमच्याशी वाईट वागले की काय? मला त्याबद्दल थोडी माहिती द्याल का? म्हणजे मला त्या संदर्भात उचित कारवाई करता येईल.

हा प्रश्न ऐकल्याबरोबर तो मग पुढची माहिती द्यायला नक्की तयार झाला तर तुमच्या कंपनीच्या उत्पादनाची विक्री होण्याची ती पहिली खूण आहे असे समजावे. या ग्राहकाला फक्त उचित कारवाई हवी आहे असे समजावे. तुम्ही पूर्णपणे माहिती गोळा करा आणि मग त्यावर उचित कारवाई करा. मग त्याच्याकडे परत जा व त्याला तुम्ही काय कारवाई केली आहे याचा पडताळा करून द्या. त्यानंतर तुमची विक्री होईल. क्वचित कधीतरी तुमची विक्री आणि सर्व्हिस सुधारण्याची कारवाई समांतरसुद्धा होऊ शकेल.

जर त्याने माहिती देण्याचे टाळले तर समजावे की त्याचा आक्षेप काहीतरी वेगळा आहे. मग तुम्हाला काहीतरी वेगळा प्रश्न विचावा लागेल.

ग्राहक : तुमची कंपनी खोटारडी आहे. मला तुमच्याशी बोलायचेच नाही.

विक्रेता : तुम्हाला आमच्या सर्व्हिसचा बराच वाईट अनुभव आलेला दिसतो. आमच्यापैकी कुणी तुमच्याशी फारच वाईट वागले की काय? मला त्याबद्दल थोडी माहिती द्याल का? म्हणजे मला त्या संदर्भात उचित कारवाई करता येईल.

ग्राहक : हे पाहा, मला माहीत आहे तुम्ही काही कारवाई करणार नाही.

विक्रेता : याचा अर्थ तुम्हाला आमच्या कंपनीबद्दल इतकी खात्री आहे, की माझ्याबद्दल?

या प्रश्नाला जे काही उत्तर येईल ते आपल्याकडे वळवता येऊ शकते. जर त्याने

'तुमच्याबद्दल' हे उत्तर दिले तर याचा अर्थ कंपनीच्या उत्पादनाबद्दल खात्री आहे, असे आपण म्हणायचे. त्याने आपले हे म्हणणे मान्य केले, याचा अर्थ विक्री होणार याची चिन्हे दिसू लागली आहेत असेच समजावे. आता तुमच्याबद्दलचा गैरसमज दूर केला की काम फत्ते होणार.

यदाकदाचित त्याने उत्तर दिले, 'कंपनीबद्दल' तर आपण म्हणायचे, 'म्हणजे याचा अर्थ तुमचा माझ्यावर विश्वास आहे. मग आता मी तुम्हाला सांगतो, माझा माझ्या उत्पादनावर आणि माझ्या कंपनीवर विश्वास आहे. मी असे का म्हणतो आहे याचे कारण तुम्हाला निश्चितपणे जाणून घ्यायचे असेलच. बरोबर?''

या ठिकाणी जर ग्राहकाने होकार दिला, तर तुमची मीटिंग यशस्वी होणार म्हणून समजा. या ठिकाणी तुम्ही त्याला तुमच्या कंपनीच्या उत्पादनाबद्दल किंवा सर्व्हिसबद्दल ज्या काही नवीन गोष्टी आहेत त्या सादर करू शकता. त्यानंतर तुमच्या कंपनीच्या उत्पादनाच्या विक्रीची चढती कमान सादर करू शकता. तुमच्या कंपनीच्या ग्राहकांच्या वाढलेल्या यादीकडे त्याची नजर वळवू शकता. तुमच्या कंपनीवर किंवा तुमच्या उत्पादनाच्या गुणवत्तेवर ग्राहक का विश्वास ठेवत आहेत हे सादर करू शकता. हा वाढता विश्वास हेच दर्शवतो की कंपनीची सर्व्हिस सुधारलेली आहे. यासाठी तुम्ही गोळा केलेले दाखले उपयोगात येऊ शकतात. या संभाषणामध्ये हा आक्षेप हाताळता येऊ शकतो.

पण जर त्याने या सर्व गोष्टींसाठी नकारच दिला, तर मात्र समजा की या माणसाचा आक्षेप वेगळाच आहे व तो आपल्याला समजलेला नाही. मग खालीलप्रमाणे संभाषण केलेले बरे.

ग्राहक : हे पाहा, मला माहीत आहे, तुम्ही काही कारवाई करणार नाही.
विक्रेता : याचा अर्थ तुम्हाला आमच्या कंपनीबद्दल इतकी खात्री आहे की माझ्याबद्दल?
ग्राहक : कंपनीबद्दल.
विक्रेता : म्हणजे याचा अर्थ तुमचा माझ्यावर विश्वास आहे. मग आता मी तुम्हाला सांगतो, माझा माझ्या कंपनीच्या उत्पादनावर आणि माझ्या कंपनीवर विश्वास आहे. मी असे का म्हणतो आहे याचे कारण तुम्हाला निश्चितपणे जाणून घ्यायचे असेलच. बरोबर?
ग्राहक : हे पाहा, मला काही तुमचे म्हणणे ऐकायला वेळ नाही. मला बरीच कामे पडलेली आहेत. तुम्ही आता या.
विक्रेता : ठीक आहे. काही हरकत नाही. मी चुकीच्या वेळी आलेलो दिसतोय; पण जेव्हा तुम्हाला वेळ मिळेल, तेव्हा मला निश्चितपणे सांगा. मी तुमच्या संपर्कात राहीन.

सहसा हे संभाषण विक्रीच्या सुरुवातीलाच होते. आपण तर त्या पायऱ्या पार

केलेल्या आहेत. पण क्वचित एखादा ग्राहक असा निघण्याची शक्यता कधीही नाकारता येत नाही. अशा वेळी आपल्या आत्मपरीक्षणाची वेळ आलेली आहे असे समजावे. ग्राहक शोधण्याची आपली पायरी तपासून घ्यावी. एखादे वेळेस आपण चुकीच्या माणसाकडे ग्राहक म्हणून पाहिले असेल. अशा वेळेस परत पहिल्या पायरीपासून सुरुवात करावी.

अशा रितीने आक्षेपाचे प्रश्नामध्ये रूपांतर केल्यावर काय करायचे ते आपण पुढच्या पायरीवर पाहू या.

आक्षेपातील प्रश्नाचे उत्तर द्या

आता आपण जे काही प्रश्न उपस्थित केले असतील, त्यांची उत्तरे आपल्याला माहीत असायला हवीत व ती उस्फूर्तपणे सांगतासुद्धा आली पाहिजेत. त्याकरता काय तयारी असली पाहिजे?

विक्रेता म्हणून आपण जे काही प्रश्न उभे करू त्यांची उत्तरे आपल्या कंपनीचे उत्पादन आणि सर्व्हिस यांच्या भोवतीच असायला हवीत. आपल्याला ही उत्तरे घोकूनघोकून पाठ करावी लागतील. आपल्या उत्पादनाची खडान्खडा माहिती आपल्याला असायला हवी. त्याच्या उत्पादनाची प्रक्रिया काय आहे याची खडान्खडा माहिती असली पाहिजे. एवढेच नाही, तर स्पर्धकांच्या उत्पादनाचीसुद्धा माहिती असायला हवी. आपल्या उत्पादनामध्ये आणि इतरांच्या त्याच उत्पादनामध्ये काय फरक आहे याचे बारकावेसुद्धा माहीत हवेत.

त्यानंतरची माहिती ही आपल्या इतर ग्राहकांची. आपल्याला आपल्या ग्राहकांची यादी पाठ असायला हवी. ती जर खूप मोठी असेल, तर त्यातली काही मोजकी पण महत्त्वाची नावे, त्यांचे फोन नंबर वगैरे अगदी मुखोद्गत असायला हवेत. तुमच्या कंपनीच्या उत्पादनाच्या विक्रीच्या आकड्यांमध्ये त्या ग्राहकांची टक्केवारी किती आहे हेसुद्धा माहीत असायला हवे.

तुमच्या कंपनीची एकंदरीत माहिती तुम्हाला गोळा करावी लागेल. व्यवस्थापनाची टीम कशी आहे, कंपनी कोणत्या तत्त्वांना उच्च स्थान देते, गेल्या काही वर्षांत किती प्रगती केली इत्यादी ढोबळ माहितीही संग्रही असावी. याच माहितीच्या आधारे आपल्याला सगळे प्रश्न सोडवता येतील. अविश्वास दाखवणाऱ्या ग्राहकांचा विश्वास संपादित करण्यासाठी या माहितीचे सादरीकरण करावे लागेल.

याचे सादरीकरण करताना आणखी एका गोष्टीचा पुरेपूर उपयोग होईल, ती गोष्ट म्हणजे तुम्ही तुमच्या ग्राहकांकडून गोळा केलेले दाखले, फोटो व चित्र इत्यादी. ही माहिती 'हा सूर्य आणि हा जयद्रथ' अशी होईल.

ही सगळी सामग्री विक्रेत्याने सतत आपल्या जवळ ठेवलेली असावी. याचा

अर्थ असा नाही की प्रत्येक संभाव्य ग्राहकाला याचे सादरीकरण करणे आवश्यक आहे. ही सगळी सामग्री फक्त जवळ असावी आणि ज्याची जरूर पडेल तेवढेच बाहेर काढावे. समजा तुमच्या कंपनीच्या उत्पादनाच्या प्रक्रियेची तोंडी माहिती सांगून ग्राहक संतुष्ट झाला, तर मग उगाचच दाखले दाखवत बसण्याची गरज नाही. ज्याची गरज आहे तेवढीच माहिती योग्य वेळी आणि गरजेनुसार काढावी आणि ग्राहकाच्या सगळ्या प्रश्नांची उत्तरे हजरजबाबीपणे द्यावी.

आजच्या आक्षेपातून धडा घ्या आणि उद्याच्या विक्रीचे सादरीकरण सुधारा

प्रत्येक विक्रेत्याने ही पायरी अगदी रोजच्या रोज अमलात आणली पाहिजे. आज आपल्यापुढे जे काही आक्षेप येतील ते व्यवस्थितपणे एका डायरीत टिपून ठेवले पाहिजेत. प्रत्येक उत्पादनाबद्दल आणि सर्व्हिसबद्दल किंवा प्रत्येक ग्राहकाचे वेगवेगळे आक्षेप, शंकाकुशंका असतात. याच आक्षेपांमुळे विक्रेत्याचे शिक्षण होत असते. प्रत्येक आक्षेप आपण टिपून ठेवायचा. तो कसा हाताळायला पाहिजे व तो आपण कसा हाताळला याचे परिक्षण करायचे. त्यानंतर या माहितीच्या आधारे आपल्या पुढच्या सादरीकरणामध्ये योग्य ते बदल करून घेता येतील की ज्यायोगे संभाव्य ग्राहकाचे आक्षेप बाहेर येण्या अगोदरच आपल्या सादरीकरणामध्ये त्याचे उत्तर मिळेल. असे केले तर ग्राहकाचा आणि आपला दोघांचाही वेळ वाचेल.

चौथा भाग

विक्रीची निर्णायक सांगता करा
(Closing the Sale)

विक्री पूर्ण करा

प्रत्येक क्रिकेट टीमकॅप्टनचे स्वप्न असते, की त्याच्या कारकिर्दीत सगळे सामने निर्णायक होऊन विजयश्री आपल्या टीमकडे खेचली गेली पाहिजे. प्रत्येक सेनापतीचे स्वप्न असते, की त्याच्या कारकिर्दीत प्रत्येक युद्ध निर्णायक होऊन विजयश्री आपल्या पदरात पडली पाहिजे. त्याचप्रमाणे प्रत्येक विक्रेत्याचे स्वप्न असते की त्याचे प्रत्येक सादरीकरण लवकरात लवकर होऊन त्याची सांगता हातात ऑर्डर पडून झाली पाहिजे. हे प्रत्यक्षात आणायचे असेल तर विक्रेत्याला सहा तंत्रे वापरता येणे आवश्यक आहे. ती सहा तंत्रे खालीलप्रमाणे आहेत.

बटण लावा.
गळाला कोणते खाद्य लावायचे ते शोधा.
ताळेबंदाच्या तंत्राचा उपयोग करा.
खुंटी ठोकून घट्ट करा.
ऑर्डर मागा.
सील ठोका.

आपण ते आता सविस्तर पाहू या.

बटण लावा

आपण शर्ट घातला आणि त्याचे एकही बटण लावले नाही तर काय होईल याचा विचार करा. पहिली गोष्ट म्हणजे तो शर्ट गळून पडण्याची शक्यता जास्त असते. अगदी याचप्रमाणे विक्रेत्याचे सादरीकरण कितीही चांगले असले तरी ते कुठेतरी गळून पडते कारण त्या सादरीकरणरूपी शर्टाची बटणेच लावलेली नसतात. संबंधित ग्राहकाच्या रोजच्या आयुष्यात आपल्या कंपनीच्या उत्पादनाचे कसे आणि नेमके कुठे फायदे होणार आहेत हे जेव्हा आपल्या सादरीकरणाद्वारे ग्राहकाला पटते, तेव्हाच बटण लावले जाते. ज्याप्रमाणे शर्टला अनेक बटणे असतात. त्याचप्रमाणे तुमच्या कंपनीच्या उत्पादनाचे अनेक फायदे असतील; पण ही सगळी

बटणे लावली गेली पाहिजेत.

आता आपण एक उदाहरण पाहू या.

एक एअर कूलर विकणारा विक्रेता आपल्या संभाव्य ग्राहकापुढे सादरीकरण करीत आहे.

विक्रेता : आमचा कूलर तुम्हाला खूपच फायदेशीर ठरणार आहे.
ग्राहक : कसा काय ते मला सांगा.
विक्रेता : अहो, आमच्या कूलरच्या बॉडीचे पत्रे अतिशय चांगल्या क्वालिटीचे आहेत. इतर कूलरपेक्षा याची बॉडी जाड आहे. शिवाय याला आतमधून छानपैकी इन्शुलेशन केलेले आहे. बाहेरून याला किती छान रंग दिलेला आहे हे पाहा. हा रंग साधासुधा नाही, तर हा भट्टीपेंट आहे. शिवाय या कूलरला सुंदर चाके लावलेली आहेत. ही चाकेसुद्धा साधीसुधी नाहीत, तर अतिशय चांगल्या क्वालिटीच्या रबराची आहेत.

आता हे सादरीकरण तांत्रिक दृष्ट्या अतिशय बरोबर आहे. या उत्पादनामध्ये जे तंत्रज्ञान वापरलेले आहे, ते सगळं या विक्रेत्याने सादर केले, पण तरी हे सादरीकरण निर्णायक दिशेला जाऊ शकत नाही. कारण या सगळ्या तंत्रज्ञानाचा त्या संभाव्य ग्राहकाला रोजच्या आयुष्यात कसा उपयोग होणार आहे हे सादर केलेले नाही. याचा उपयोग त्याच्या आयुष्यात काय होणार आहे, त्याचा आर्थिक परिणाम काय होणार आहे हे सादर केले, की ग्राहक सादरीकरणामध्ये बंदिस्त होतो. ज्याप्रमाणे शर्टची बटणे लावल्यावर शर्ट व्यक्तीच्या अंगावर बंदिस्त होतो तसाच काहीसा परिणाम होतो. आपण आता हे संभाषण परत पाहू या.

विक्रेता : आमचा कूलर तुम्हाला खूपच फायदेशीर ठरणार आहे.
ग्राहक : कसा काय ते मला सांगा.
विक्रेता : अहो, आमच्या कूलरच्या बॉडीचे पत्रे अतिशय चांगल्या क्वालिटीचे आहेत. इतर कूलरपेक्षा याची बॉडी जाड आहे. शिवाय याला आतमधून छानपैकी इन्शुलेशन केलेले आहे. *याचा परिणाम तुम्हाला अतिशय आनंद देणारा असेल. यामुळे हा कूलर चांगला गारवा निर्माण करेल आणि असे करताना इतर कूलरपेक्षा पंधरा टक्के वीज कमी खर्च होईल. म्हणजे याचाच अर्थ आमचा कूलर वापरला तर तुमचे वीजेचे बिल पंधरा टक्क्याने कमी होईल.* बाहेरून याला किती छान रंग दिलेला आहे हे पाहा. हा रंग साधासुधा नाही तर हा भट्टी पेंट आहे. *यामुळे तुमचा काय*

फायदा होणार आहे ते माहीत आहे? या रंगावर ओरखडे उठणार नाहीत, धूळ टिकणार नाही. त्यामुळे हा कूलर वर्षानुवर्ष वापरूनसुद्धा नवीन दिसेल. शिवाय या कूलरला सुंदर चाके लावलेली आहेत. ही चाकेसुद्धा साधीसुधी नाहीत, तर अतिशय चांगल्या क्वालिटीच्या रबराची आहेत. *ही चाके आधुनिक तंत्रज्ञानाची असल्यामुळे हा अवजड दिसणारा कूलर कुणीही इतक्या सहजपणे हलवू शकते, की काही विचारू नका. शिवाय सरकवताना आवाजही येणार नाही. म्हणजे जर तुम्हाला एखादा दिवस कूलर दुसऱ्या खोलीत न्यायचा असेल तर तो सहज दुसरीकडे नेऊ शकता. म्हणजेच प्रत्येक खोलीसाठी एक वेगळा कूलर घ्यायची काही गरज नाही.*

ग्राहकाला नक्की काय फायदा होणार आहे हे वरील संभाषणामधील तिरक्या अक्षरांत लिहिलेल्या आणि अधोरेखित केलेल्या वाक्यांमधून स्पष्ट होत असल्यामुळे ग्राहक बटण लावल्यासारखा बंदिस्त होऊ शकतो व सादरीकरण निर्णायक टप्प्याला पोहोचू शकते आणि विक्रीची सांगता विक्रेत्याच्या पारड्यात पडण्याची शक्यता वाढते. प्रत्येक सादरीकरणामध्ये विक्रेत्याला अशी बटणे लावण्याचा सराव ठेवावा लागेल.

गळाला नक्की कोणते खाद्य लावायचे ते शोधा

मासेमारीचा जो गळ असतो त्याच्या टोकाला माशाला आवडेल असे खाद्य लावायला लागते. मासा ते बघून त्याच्याकडे आकर्षित होतो व ते खायला जातो. एकदा का मासा ते खायला गेला, की मग गळ त्याच्या तोंडात अडकतो आणि मासा आपणहूनच माणसाचे भक्ष्य होतो. परंतु गळाला वेगवेगळ्या प्रकारचे खाद्य लावता येते व माशांचीही आवडनिवड असते. मग ज्या प्रकारचे खाद्य लावलेले असेल त्याप्रमाणे वेगवेगळे मासे गळाला लागू शकतात.

तसे बघितले तर आपणा सर्वांच्याच आवडीनिवडी असतात. आपली जी काही आवड असते तिथे आपण आकर्षित होतो आणि ते मिळवण्यासाठी आपण कार्यान्वित असतो. जशी आवड असते तशीच प्रत्येकाची वेगवेगळी गरज असते. कधीकधी ही गरज काळानुरूप बदलतसुद्धा असते. विक्रेत्याला या बाबतीत अतिशय संवेदनशील राहावे लागेल.

एक गमतीदार किस्सा ऐका :

एकदा एक जोडपे लग्नानंतर मधुचंद्रासाठी गेले होते. त्यांचा मुक्काम एका निसर्गरम्य ठिकाणी होता. मुक्कामाच्या दुसऱ्याच दिवशी नवरा एका मोठ्या डिपार्टमेंटल स्टोअरमध्ये गेला आणि त्याने विक्रेत्याकडे सॅनिटरी नॅपकीन मागितले. ते ठिकाण

मधुचंद्राला येणाऱ्या जोडप्यांचे आवडते ठिकाण होते. विक्रेता मिस्कीलपणे हसला आणि म्हणाला, "अरेरे, तुमचे चार दिवस वाया जाणार. आता चार दिवस काय करणार तुम्ही? तुम्हाला एक चांगले ठिकाण सुचवू काय? तिथे तुमचा वेळही चांगला जाईल आणि दोघांना एकमेकांच्या सहवासाचा आनंदही घेता येईल."

ग्राहक म्हणाला, "जरूर सांगा."

विक्रेता : इथून पाच किलोमीटर अंतरावर एक मोठे तळे आहे. ते अगदी नयनरम्य ठिकाण आहे. ते तळे इतके मोठे आहे, की नदीच वाटते. त्या तळ्यात खूप वेगवेगळे मासे आहेत. तुम्ही तिथे मासेमारीसुद्धा करू शकता.

ग्राहक : हो का? मग तर मजा येईल.

विक्रेता : तुम्हाला आवड आहे त्याची?

ग्राहक : हो तर!

विक्रेता : मग आमच्या दुकानात मासेमारीसाठी चांगलेचांगले गळसुद्धा आहेत. दाखवू तुम्हाला?

अशा रितीने विक्रेत्याने त्याला गळ दाखवायला सुरुवात केली आणि एक सुंदरसा गळ विकला. त्यानंतर तो म्हणाला,

विक्रेता : आता मासे पकडण्यासाठी गळाच्या टोकाशी मासे खातील असा पदार्थ तुम्हाला लावावा लागेल, पण तुम्ही त्याची काळजी करू नका. आमच्याकडे त्याचीसुद्धा सोय आहे.

ग्राहक : अरे वा, मग तर छानच झाले.

आता विक्रेत्याने गळाला लावण्याचे खाद्य विकले. तो ग्राहक अतिशय खुष झाला. त्यानंतर त्यांचे संभाषण पुढे चालू राहिले.

विक्रेता : चला! आता चार दिवस तुम्ही मजेत तळ्यामध्ये मासेमारी करा. हे पाहा, तिथे तुम्हाला बोटसुद्धा भाड्याने मिळेल. बोटीमध्ये बसून तुम्ही गप्पा मारत मासे पकडू शकता. बोट शोधण्यात तुमचा वेळ जायला नको म्हणून मी इथूनच बोटीचे आरक्षण करू का?

ग्राहक : अरे वा! हे तर फारच छान होईल.

त्याने त्याला बोटीचे आरक्षण करून दिले. त्यानंतर पुढे संभाषण चालू राहिले.

विक्रेता : तुम्ही बोटीतून दिवसभर फिरणार. तुमचा दिवस मजेत जाईल; दुपारचे ऊन जरा चटके देईल, पण काही काळजी करू नका. माझ्याकडे उन्हापासून बचाव करण्याची जय्यत तयारी आहे. डोक्यावर छानपैकी हॅट घ्या आणि अंगावर घालायला एक सुंदरसे जॅकेट आहे की जे आतमधून थंड असते व बाहेरून उन्हाची उष्णता परतवून लावते.

तुम्हाला दोन हॅट आणि दोन जॅकेट लागतील.

आता विक्रेत्याने त्याला दोन हॅट आणि दोन जॅकेट विकले. ही सगळी सामग्री घेऊन तो खुषीत जाणार, तेवढ्यात विक्रेत्याच्या कुशाग्र बुद्धीने आणखी एका गोष्टीचे निरीक्षण केले.

विक्रेता : सर, आता तुमची तयारी अगदी सुरेख झाली. सर, तुमच्या पायात मला अतिशय महागडे बूट दिसताहेत. निश्चितच ते चांगल्या क्वालिटीचे असणार. पण मासे पकडल्यावर एखादे वेळेस तुम्हाला तीरावर चढण्याउतरण्याची वेळ येईल. तिथे चिखल वगैरे असतो. तुमचे उंची बूट खराब होतील. तुम्ही एखादे साधे आणि स्वस्त बूट घालून जा म्हणजे ते खराब झाले तरी तुम्हाला वाईट वाटायला नको. तुम्ही असे करा, आमच्या दुकानात साधे कॅनव्हासचे बूट मिळतात. मासेमारीला जाताना सगळे जण हेच बूट घालून जातात.

असे म्हणून त्याने ग्राहकाला बूट दाखवले. त्याला बूट पसंत पडले व त्याने ते घेतलेही. अशा तऱ्हेने सॅनिटरी नॅपकीन घ्यायला आलेल्या ग्राहकाला त्याने गळ, गळाचे खाद्य, बोटीचे आरक्षण, हॅट, जॅकेट आणि बूट एवढ्या गोष्टी विकल्या. शिवाय यातील एकही गोष्ट त्याने त्याच्या माथी मारली नाही. प्रत्येक विक्रीनंतर ग्राहक त्याच्यावर एकदम खुषच होत होता. विक्रेताही 'एक वस्तू विकली, आता दुसरी कशी विकायची?' असा लाजला नाही.

आता आणखी एक उदाहरण पाहू या.

एका मोठ्या डिपार्टमेंटल स्टोअरमध्ये एक ग्राहक वेगवेगळ्या वस्तू बघत फिरत असतो. थोड्या वेळाने एक विक्रेता हळुवारपणे त्याच्याजवळ जातो आणि संभाषण सुरू होते.

विक्रेता : सर, काही खास वस्तूच्या शोधात आहात का? मी काही मदत करू का?

ग्राहक : मी वाढदिवसासाठी एखादी भेटवस्तू शोधतोय.

विक्रेता : कोणी खास व्यक्ती आहे काय?

ग्राहक : होय, माझ्या बायकोच्या वाढदिवसानिमित्त भेटवस्तू घ्यायची आहे.

विक्रेता : साधारण बजेट काय आहे?

ग्राहक : असे काही ठरवले नाही, पण पाचशे ते हजार रुपयापर्यंत.

विक्रेता त्याला थोडावेळ वेगवेगळ्या वस्तू दाखवतो. ज्या वस्तू बजेटच्या आत असतात त्या त्याला पसंत पडत नाहीत व ज्या वस्तू थोड्याशा पसंत पडतात, त्या बजेटच्या बाहेर असतात. दरम्यान स्टोअरमध्ये फिरताना ग्राहक गाणे गुणगुणत असतो.

विक्रेता : तुम्हाला गाण्याची आवड दिसते.

ग्राहक : मी तुम्हाला गाण्याच्या सीडी दाखवू का? आमच्याकडे गाण्याच्या खूप चांगल्याचांगल्या सीडी आहेत. आपण एक चांगला सेट तयार करू या.

ग्राहक : मग आपण एखादा सीडी प्लेअर पाहू या का?

ग्राहक : नको, तो माझ्या बजेटच्या बाहेर जाईल आणि माझ्याकडे गाण्याच्या भरपूर कॅसेट्स आहेत. एक जुना कॅसेट प्लेअरसुद्धा आहे, पण आता मला कॅसेट प्लेअर घ्यायचा नाही.

विक्रेता : माझ्याकडे एक नवीन आयटम आलेला आहे. माझी खात्री आहे तो तुम्हाला आवडेल.

असे म्हणत विक्रेता फिलिप्स कंपनीचा सीडी प्लेअर काढतो. त्यामध्ये सीडी, कॅसेट प्लेअर असतो, शिवाय त्यामध्ये रेडिओसुद्धा असतो. असा हा थ्री इन वन प्लेअर असतो.

विक्रेता : हा पाहा, माझ्याकडचा नवीन आयटम. तुम्ही संगीतप्रेमी आहात. तुमच्याकडे भरपूर कॅसेट्स आहेत. आता कॅसेट्स जुन्या होत चालल्या आहेत. हळूहळू तुम्हाला बाजारात सीडीच मिळतील. शिवाय यामध्ये रेडिओसुद्धा आहे. म्हणजे तुम्ही जुनी संस्कृती तर चालूच ठेवाल, पण नवीन संस्कृतीचेही स्वागत करू शकाल.

असे सादरीकरण झाल्यावर ग्राहक विचारात पडतो. विक्री होणार असल्याचे हे पहिले चिन्ह असते.

ग्राहक : आयटम तर चांगला आहे; पण हा तर माझ्या बजेटच्या खूप बाहेर जाईल.

या प्लेअरची किंमत किती आहे हे विक्रेत्याने आत्तापर्यंत सांगितलेलेच नसते. विक्रेत्याने सुरुवातीला किंमत सांगायचीच नसते, कारण एकदा वस्तू आवडली की मग ग्राहक किमतीकडे बघत नाही.

विक्रेता : किती रुपयाने बजेट ओलांडणार असे तुम्हाला वाटते?

ग्राहक : अहो, माझे बजेट जास्तीत जास्त हजार रुपयांचे आहे. हा थ्री इन वन म्हणजे दहा-बारा हजारांचा असेल. त्यामुळे मला तो नको.

विक्रेता : समजा मी तुम्हाला म्हटलं, की हा थ्री इन वन तुम्हाला फक्त सहा हजाराला पडेल तर तुमची रिॲक्शन काय होईल?

ग्राहक : काय म्हणालात? सहा हजार?

विक्रेता : आश्चर्य वाटले ना? खरं म्हणजे याची किंमत थोडी जास्त आहे, पण आमची डिस्काउंट योजना आहे त्यामुळे हा थ्री इन वन तुम्हाला फक्त

सहा हजार रुपयांना पडेल. बजेट थोडसे वाढले तरी तुमच्या छंदाला पूरक अशी वस्तू घरात येते. गिफ्टसाठी पॅक करू?

ग्राहकाला 'हो' म्हणण्याशिवाय गत्यंतर नसते कारण त्याला वस्तू मनापासून आवडलेली असते. जो ग्राहक हजार रुपयांची वस्तू घ्यायला आलेला असतो तो सहा हजार रुपयांची वस्तू घेऊन जातो व जाताना विक्रेत्याला धन्यवाद देऊन जातो. याचे कारण म्हणजे विक्रेत्याने त्याच्या गळाला कोणता मासा लावायचा हे शोधून काढले.

ताळेबंदाच्या तंत्राचा उपयोग करा

ग्राहकाला निर्णायक अवस्थेला नेण्याकरता बऱ्याच वेळा ताळेबंदाचा उपयोग करता येतो.

ताळेबंदामध्ये दोन बाजू असतात. एक ॲसेट्स आणि दुसरी लायबलिटी. शिवाय यातील प्रत्येकाचे पैशांच्या रूपात मूल्यांकन केलेले असते. त्याचप्रमाणे आपण कागदावर दोन बाजू तयार करून दोन्हीकडे उत्पादनाची तुलनात्मक स्थिती खालीलप्रमाणे दाखवू शकतो.

उत्पादन घेतले नाही तर		उत्पादन घेतले तर	
पहिले वर्ष	रुपये	पहिले वर्ष	रुपये
दुसरे वर्ष	रुपये	दुसरे वर्ष	रुपये
तिसरे वर्ष	रुपये	तिसरे वर्ष	रुपये
चौथे वर्ष	रुपये	चौथे वर्ष	रुपये

किंवा

स्पर्धकाचे उत्पादन		आपले उत्पादन	
किंमत	रुपये	किंमत	रुपये
दरमहा खर्च	रुपये	दरमहा बचत	रुपये
ग्राहक सेवा	रुपये	ग्राहक सेवा	रुपये
वापरण्यातील अडचणी	रुपये	वापरण्यातील सोपेपणा	रुपये

वरीलप्रमाणे आपण वेगवेगळ्या प्रकारे तुलना दाखवू शकतो. ज्याप्रमाणे ताळेबंदामध्ये प्रत्येक गोष्ट पैशाच्या रूपात मांडलेली असते त्याचप्रमाणे आपल्याला प्रत्येक गोष्ट पैशामध्ये मांडता आली पाहिजे.

फोटोकॉपी मशीन विकणाऱ्या एका विक्रेत्याने अशाच एका कंपनीत मशीन विकताना ताळेबंदाच्या पद्धतीचा उपयोग करून ग्राहकाला निर्णायक अवस्थेला पोहोचवले आणि ऑर्डर घेतली. ग्राहकाचे म्हणणे होते, की मशीन चांगले आहे पण पुढे कधीतरी घेऊ. आत्ता मला त्यामध्ये दहा हजार रुपये घालायचे नाहीत. माझा फोटोकॉपीचा खर्च फक्त रु. २,५००/- आहे. तो तेवढाच राहिला तरी कंपनीच्या नफ्यामध्ये काही विशेष फरक पडणार नाही. त्यामुळे पुढची पाच वर्षं तरी मी हे मशीन विकत घेण्याचा विचार करणार नाही. त्यानंतर पाहू.

विक्रेता : ठीक आहे. आपण पुढची पाच वर्षं कशी दिसतात ते पाहू या.

उत्पादन घेतले नाही तर		**उत्पादन घेतले तर**	
पहिले वर्ष खर्च	रुपये २,५००	पहिले वर्ष बचत	रुपये २,५००
दुसरे वर्ष खर्च	रुपये ५,०००	दुसरे वर्ष बचत	रुपये ५,०००
तिसरे वर्ष खर्च	रुपये ७,५००	तिसरे वर्ष बचत	रुपये ७,५००
चौथे वर्ष खर्च	रुपये १०,०००	चौथे वर्ष बचत	रुपये १०,०००
पाचवे वर्ष खर्च	रुपये १२,५००	पाचवे वर्ष बचत	

(त्याने कागद घेतला आणि सर्वप्रथम मधोमध रेघ आखून त्याचे दोन भाग केले. त्यानंतर त्यामध्ये वरीलप्रमाणे कॉलम आखले आणि डाव्या बाजूच्या कॉलममध्ये लिहायला सुरुवात केली.) समजा तुम्ही आमचे मशीन घेतले नाही तरी तुम्हाला फोटोकॉपी काढायलाच लागणार. तुम्ही त्या बाहेरून करून घेता व त्याचा खर्च साधारणपणे २,५०० रुपये आहे. म्हणजे पहिल्या वर्षी तुम्ही २,५०० खर्च करणार आणि तुमच्याकडे मशीन नसेल. जरी प्रत्येक वर्षी पाच ते दहा टक्क्याची वाढ होत असली तरी पुढची पाच वर्षं तुमचा फोटोकॉपीचा खर्च वाढणार नाही हे आपण या ठिकाणी गृहीत धरू. म्हणजेच तुम्ही दुसऱ्याही वर्षी २,५०० खर्च करणार. तुमचा एकूण खर्च पाच हजार झाला आणि तुमच्याकडे मशीन नाही. तिसऱ्या वर्षीही तेवढाच खर्च केल्यावर तुमचा एकूण खर्च होईल ७,५०० आणि तुमच्याकडे मशीन नसेल. चौथ्या वर्षी तुमचा खर्च होईल १०,००० आणि शिवाय

तुमच्याकडे मशीन नसेल. पाचव्या वर्षी तुमचा खर्च होईल १२,५०० आणि तरीही तुमच्याकडे मशीन नसेल.

आता आपण दुसऱ्या प्रकारे बघू या. समजा, तुम्ही आमचे दहा हजाराचे मशीन आत्ता घेतले तर काय होईल, ते पाहू या. आत्ता तुम्हाला दहा हजार रुपये खर्च करावे लागतील. पण त्यानंतर काय होईल? पहिल्या वर्षी तुमचे २,५०० रुपये वाचतील आणि तुमच्याकडे मशीन असेल. दुसऱ्या वर्षी तुमचे ५,००० वाचतील आणि तुमच्याकडे आमचे मशीन असेल. तिसऱ्या वर्षी तुमचे ७,५०० वाचतील आणि तुमच्याकडे आमचे मशीन असेल. चौथ्या वर्षी तुमचे १०,००० वाचतील आणि शिवाय तुमच्याकडे आमचे मशीन असेल. सर, तुम्ही आमचे मशीन घेतले काय आणि नाही घेतले काय, पुढची चार वर्षं खर्च तेवढाच होणार आहे. दहा हजार खर्च केल्यावर मात्र तुमच्याकडे तुमचे स्वत:चे मशीन असणार आहे की दहा हजार रुपये नुसतेच हवेत जाणार आहेत, एवढाच प्रश्न आहे.

ग्राहकाच्या डोक्यात लख्ख प्रकाश पडला आणि त्याने लगेच या मशीनची ऑर्डर दिली.

तुम्हाला ताळेबंदाचे तंत्र समजले, तर ते तुम्ही अतिशय प्रभावी पद्धतीने वापरू शकता. समजा ग्राहक द्विधा मन:स्थितीत आहे, त्याच्या मनात स्पर्धकाचे उत्पादनसुद्धा आहे, तर अशा वेळीसुद्धा तुम्ही हे ताळेबंदाचे तंत्र वापरू शकता. मग अशा वेळी स्पर्धकाच्या उत्पादनामध्ये आणि आपल्या उत्पादनामध्ये तुलना करायची. त्यासाठी तुम्हाला स्पर्धकाच्या उत्पादनाची खडान्‌खडा माहिती काढावी लागेल. मग कागदाच्या एका बाजूला स्पर्धकाच्या कंपनीच्या उत्पादनाची किंमत, त्याचे फायदे, दरमहा येणारा खर्च वगैरे सगळ्या बारीकसारीक बाबी लिहून काढा. फायदा पैशाच्या रूपात लिहा. मग त्याची तुलना आपल्या कंपनीच्या उत्पादनाशी करा व ग्राहकाला दाखवून द्या की आपल्या कंपनीचे उत्पादन स्पर्धकाच्या कंपनीच्या उत्पादनापेक्षा किफायतशीर आहे.

खुंटी ठोकून घट्ट करा

क्वचित कधीतरी आपल्याला असे जाणवेल की ग्राहकाला उत्पादन आवडलेले आहे पण तरी त्याचा निर्णय पक्का होत नाही आहे. ही निर्णयाची खुंटी सैल आहे. या सैल खुंटीला ताबडतोब ठोकून घट्ट करावे लागेल. जर ही संधी विक्रेत्याने गमावली, तर ही खुंटी छोट्याशा धक्क्यानेसुद्धा पडेल. हा धक्का एखादे वेळेस स्पर्धकाचा असेल. त्यामुळे स्पर्धकाच्या पारड्यात खुंटी पडायच्या आत ती ठोकून आपल्या पारड्यात पडायला हवी.

ज्या वेळेस ग्राहकाचा निर्णय पक्का नसतो त्या वेळेस बहुधा त्याला त्या

उत्पादनाच्या गुणवत्तेबद्दल पडताळा हवा असतो. अशा वेळेस तुम्ही जमवलेले दाखले, फोटो, प्रशस्ती पत्रक, फिल्म्स, ग्राहकांची यादी, उत्पादनाचे प्रात्यक्षिक किंवा उत्पादनाची ट्रायल ऑफर इत्यादी गोष्टी उपयोगी पडतील.

मागे दिलेल्या उदाहरणातील ॲटेंडन्स रेकॉर्डिंग मशीनच्या विक्रेत्याने त्याचे मशीन ज्या कंपनीत लावले तिकडची फिल्मच काढली होती. ती फिल्म त्याच्या लॅपटॉपमध्ये साठवलेली होती. तो जेव्हा नवीन ग्राहकाकडे गेला तेव्हा त्याच्या सादरीकरणामुळे तो ग्राहक खुष झाला. कारण त्याला त्याच्या प्रश्नांना समाधानकारक उत्तर मिळालेले होते; पण ही महागडी सिस्टीम घेण्याआधी त्याचा पडताळा पाहून घ्यावा असे त्याच्या मनात आले. तो विक्रेत्याला म्हणाला, ‘‘मला तुमची सिस्टीम आवडली; पण तुम्ही जसे म्हणता त्याप्रमाणे सिस्टीम चालली तर हे सगळे फायदे होतील. शिवाय आमच्या लोकांना या सिस्टीमची सवय नाही, त्यांना या सिस्टीमवर काम करता येईल? त्याचे काय आहे, हल्ली बरेच विक्रेते येतात आणि वाट्टेल त्या थापा मारतात. म्हणजे तुम्ही त्यातले नसाल, पण मला माझ्या व्यवस्थापनासमोर हा प्रस्ताव मांडण्याअगोदर या सगळ्या प्रश्नांची उत्तरे गोळा करावी लागतील.’’

विक्रेता : अगदी जरूर. बरे झाले, तुम्ही हे मोकळेपणी विचारले. नाहीतर मलाही समजले नसते. मी माझ्या लॅपटॉपमध्ये एक फिल्म ठेवलेली आहे. पंधरा मिनिटांची फिल्म आहे. काही महिन्यांपूर्वीच आम्ही आमची सिस्टीम एका कारखान्यात बसवली. तिकडे आमची सिस्टीम लावण्याअगोदर काय परिस्थिती होती आणि नंतर काय परिस्थिती आहे, याचे आम्ही शुटींग केले. त्यानंतर आम्ही तिकडच्या मॅनेजरची प्रतिक्रिया रेकॉर्ड केलेली आहे. काही कामगारांच्यासुद्धा प्रतिक्रिया रेकॉर्ड केलेल्या आहेत. आपण प्रथम ती फिल्म पाहू या, त्यानंतर मी तुम्हाला त्या कंपनीचा फोन नंबर देतो. आपण त्या मॅनेजरशी प्रत्यक्ष बोलून पाहा.

एकदा अशी फिल्म पाहिली, लोकांच्या प्रतिक्रिया ऐकल्या, त्यांची प्रशस्ती पत्रके पाहिली, त्यांचे फोटो पाहिले की मग ग्राहकाचे संपूर्ण समाधान होते. त्यानंतर फक्त ऑर्डर घ्यायचा सोपस्कार उरतो.

खुंटी बळकट करण्याची शेवटची पायरी म्हणजे ‘ट्रायल ऑर्डर’ पद्धत. या पद्धतीमध्ये आपण ग्राहकाकडे आपले उत्पादन काहीही मोबदला न घेता, काही काळासाठी (सहसा आठ-पंधरा दिवसांसाठी किंवा महिन्यासाठीसुद्धा) वापरायला द्यायचे. शिवाय ते देताना विक्रेत्याने शब्द द्यायचा असतो, की ‘हे उत्पादन तुम्हाला मी खुषीने वापरायला देत आहे. तुम्ही कसेही वापरा आणि पडताळा करून घ्या. त्यानंतरही तुम्हाला जर आवडले नाही तर तुमच्यावर ते उत्पादन घेण्याचे कुठलेही बंधन नाही किंवा वापरलेल्या दिवसाचे भाडे वगैरे देण्याचाही प्रश्न नाही किंवा वापरताना तुटले, फुटले किंवा बिघडले तरी त्याची कोणतीही जबाबदारी ग्राहकावर

टाकली जाणार नाही.'

एकदा अशा पद्धतीने संभाषण करून ते उत्पादन ट्रायल म्हणून दिले, की ९०% काम झालेच म्हणून समजा. ज्या अर्थी ग्राहकाने उत्पादन घेतले त्या अर्थी त्याला ते घ्यायचे आहे हे नक्की. आता फक्त त्याला त्या उत्पादनाची गुणवत्ता पडताळायची आहे. या काळामध्ये जर गुणवत्तेच्या संदर्भात काही समस्या आली तरच ग्राहक उत्पादन विकत घेणार नाही.

या तंत्राला 'पपी डॉग सेल' असे म्हणतात. त्याचे काय झाले, एकदा एका कुत्रे विकणाऱ्याकडे छोटीछोटी कुत्र्याची पिल्ले विकायला होती. एका ग्राहकाला त्यातील पिल्लू आवडले होते, पण ते खूप महाग आहे आणि 'ते पिल्लू मोठे झाल्यावर त्याची निगा राखायला आम्हाला वेळ नाही असे' त्याचे मुद्दे होते. त्या विक्रेत्याने पाहिले होते, की घरातील छोट्या मुलाला ते पिल्लू खूप आवडले होते व तो मुलगा ते पिल्लू सोडायला तयार नव्हता. मग तो विक्रेता त्याच्या वडिलांना म्हणाला, "ठीक आहे, तुम्ही हे पिल्लू आज घेऊ नका, पण मुलाच्या समाधानासाठी हे घेऊन जा. एक आठवड्याने मी तुमच्या घरी येतो आणि मग तुम्ही मला ते परत द्या." ग्राहक म्हणाला, "ठीक आहे."

एक आठवड्याने जेव्हा तो त्याचे पिल्लू घ्यायला ग्राहकाच्या घरी गेला तेव्हा ग्राहकाने त्याला बसायला सांगितले आणि पिल्लू द्यायच्या ऐवजी सरळ पैसे काढून दिले. त्या आठवड्याभरात त्यालाही त्या पिल्लाचा लळा लागला होता. म्हणून या तंत्राला 'पपी डॉग सेल' म्हणतात. एकदा का ग्राहकाने आपल्याकडून पिल्लू असो की मशीन असो, घेतले की मग त्याला काही दिवसांनी ते उत्पादन परत करण्याऐवजी त्याचे पैसेच द्यावेसे वाटणार. अगदी अपवादात्मक पाच ते दहा टक्के परिस्थितीतच तुमच्या कंपनीचे उत्पादन परत येईल.

जसे उत्पादनाच्या बाबतीत होते त्याचप्रमाणे सर्व्हिसचेही होते. आपण ग्राहकाला ट्रायल देऊ शकतो. मशीनची मेंटेनन्स सर्व्हिस असू शकते किंवा खाद्य पदार्थाची सर्व्हिस असू शकते, ट्रेनिंगची सर्व्हिस असू शकते.

एकदा एका ट्रेनिंग सर्व्हिस विकणाऱ्या विक्रेत्याच्या बाबतही असेच झाले होते. ग्राहक त्याच्या कंपनीसाठी ट्रेनिंगचा कार्यक्रम घ्यायला तयार होता, पण त्याला पडताळा करून पाहायचा होता. त्याने विचारले तुमचा कुठेही कार्यक्रम असेल तर मला सांगा. मला त्या कार्यक्रमात सहभागी व्हायचे आहे. त्यानंतरच मी माझ्या कंपनीसाठी हा कार्यक्रम करायचा की नाही हे ठरवू शकतो. त्याच्या कंपनीत तीन हजार माणसे काम करीत होती. या तीन हजार लोकांसाठी कार्यक्रमाचे आयोजन म्हणजे मोठी विक्री होती. म्हणून मग विक्रेत्याने ट्रायलचे तंत्र वापरले. त्याने कंपनीपुढे वेगळा प्रस्ताव मांडला. तो म्हणाला, 'आपण एक कार्यक्रम तुमच्या

कंपनीसाठी करू या. तुम्ही पन्नास माणसांची एक बॅच करा. त्यामध्ये तुम्ही सहभागी व्हा. शिवाय तुमच्याबरोबर जे कोणी निर्णय घेणारे असतील त्या सगळ्यांना बोलवा. आपण एका बॅचसाठी कार्यक्रम करू या. कार्यक्रमाच्या शेवटी जर का तुम्हाला हा कार्यक्रम आवडला नाही तर मला याचे पैसेही देऊ नका आणि पुढच्या कार्यक्रमाचा प्रश्नच येत नाही; पण कार्यक्रम आवडला की नाही आणि पुढचे कार्यक्रम करायचे की नाही याचा निर्णय घेणारे सगळे कार्यक्रमात हजर असले पाहिजेत आणि कार्यक्रमाच्या शेवटी त्यांचा निर्णयही मला मोकळेपणाने कळवलात तर मला आनंद होईल.'

अशा प्रस्तावांना जर मंजुरी मिळाली तर ९०% काम झालेच म्हणून समजा.

ऑर्डर मागा

कित्येक विक्रेते विक्रीची सुरुवात चांगली करतात. त्यांची विक्रीची पूर्वतयारी जय्यत असते. त्यांचे सादरीकरणही चांगले असते. ते आक्षेप चांगला हाताळतात, पण त्यानंतर त्यांना ऑर्डर मागता येत नाही. माझ्या मते फक्त आपण एखादे उत्पादन गरज नसताना त्याच्या माथी मारत असू, तरच आपल्याला ऑर्डर मागायला लाज तरी वाटेल किंवा भीती तरी वाटेल; पण जर आपण त्याची गरज ओळखली असेल, आवड ओळखली असेल, छंद ओळखला असेल, त्याची समस्या ओळखलेली असेल तर अशा समस्येवर उपाय शोधणे म्हणजे एक पवित्र काम. मग त्यात लाज कसली वाटायची? उलट आपण ऑर्डर मागितली नाही तर ते पाप होईल. त्यामुळे विक्रेत्यांनो, विक्रीचे शास्त्र पाळा आणि बिनदिक्कतपणे ऑर्डर मागा. विक्रीचे शास्त्र सांगते, की विक्रेत्याने ऑर्डर मागायला कायम तयार राहिले पाहिजे. आक्षेपांची वाट पाहायला पाहिजे, असे काही नाही. क्वचित विक्रीच्या सुरुवातीलाच ग्राहक ऑर्डर देऊन जाईल. विक्रेत्याने कोणत्याही पायरीवर विक्रीची चिन्हे ओळखून लगेच ऑर्डर मागायला तयार राहिले पाहिजे.

मध्यंतरी मी 'चक दे इंडिया' हा हिंदी चित्रपट पाहिला. त्यामध्ये शाहरूख खानने हिरोचे काम केलेले आहे. त्याची नियुक्ती हॉकीच्या टिमचा 'कोच' म्हणून केली जाते. तो प्रसंग म्हणजे विक्रेत्याने ऑर्डर मागण्याचे धाडस करण्याचे एक ज्वलंत उदाहरण आहे. प्रसंग असा असतो, त्याला मुलाखतीसाठी बोलावले जाते. मुलाखत घेणारे त्याची चेष्टा करत असतात. त्याच्या भूतकाळाविषयी कुत्सितपणे बोलत असतात. ते बोलणे मध्येच तोडून तो बोलतो की "हे पाहा, तुमच्याकडे आज मला नियुक्त करण्याशिवाय दुसरा पर्यायही नाही. मग मी माझी नियुक्ती पक्की समजू?" या प्रश्नामुळे सगळी चर्चा संपुष्टात येते व त्याची नियुक्ती केली जाते. धीटपणे ऑर्डर मागागणे हे विक्रेत्याचे कामच आहे.

सील ठोका

ऑर्डर मागितल्यावर जर ग्राहक तयार झाला तर आता फक्त शेवटची पायरी शिल्लक राहते– सील ठोका. सर्वप्रथम आपण सील ठोकल्यावर काय होते ते पाहू या. आपण कोणत्याही गोष्टीला सील ठोकले, की ती गोष्ट आज ज्या स्थितीत आहे त्याच स्थितीत सील उघडेपर्यंत राहते. विक्रेत्याची हुशारी नुसती विक्री करण्यामध्ये नाही तर ग्राहक टिकवण्यामध्येसुद्धा आहे. टिकलेले ग्राहकच विक्रेत्याची भरभराट करतात. नवीन ग्राहक जोडायला जितका वेळ आणि पैसा खर्च होतो त्याच्यापेक्षा दसपट कमी पैसा आणि वेळ, ग्राहक टिकवायला लागतो. जोडलेले ग्राहक त्याच स्थितीत आपल्याकडे राहावे असे वाटत असेल, तर आपण या परिस्थितवर सील ठोकाले पाहिजे. परंतु येथे सील म्हणजे काय आणि ते कसे ठोकावे असा प्रश्न येणे साहजिक आहे. आता आपण हे कसे साधायचे ते पाहू या.

बरेचसे विक्रेते एकदा त्यांचे काम झाले, की मग त्या ग्राहकाकडे ढुंकूनही बघत नाहीत. अशा वागण्यामुळे जोडलेले ग्राहक हातून सुटण्याची शक्यता असते. एकदा का ते सुटले, की मग ते जाताना त्यांच्याबरोबर आणखी काही ग्राहक जाण्याची शक्यतासुद्धा असते. आपल्याला माहीतच आहे की पक्ष्यांच्या थव्यातला एक पक्षी उडाला, की मग त्याच्याबरोबर संपूर्ण थवाच उडतो. अगदी त्याचप्रमाणे एक ग्राहक गेला की मग त्याच्याबरोबर आणखी काही ग्राहक जाण्याची शक्यता असते. शिवाय, गेलेले ग्राहक परत जोडण्यासाठी प्रचंड ऊर्जा खर्च होते.

असे होऊ नये यासाठी विक्रेत्याला प्रतिबंधात्मक उपाय करावे लागतील. तरच ग्राहक टिकून राहू शकतो. आपण जेजे ग्राहक जोडलेले आहेत त्या सगळ्यांबरोबर आपण संपर्कात राहिले पाहिजे. पत्राद्वारा, इमेलद्वारा, एसएमएसद्वारा, फोनद्वारा, फॅक्सद्वारा किंवा प्रत्यक्ष भेटून संपर्कात राहणे आवश्यक आहे. कधीकधी प्रत्यक्ष भेट फारच कठीण असते, कारण ग्राहक व्यस्त असतो; पण जर प्रत्यक्ष भेट जरुरीची असेल तर कोणत्याही परिस्थितीत विक्रेत्याने ती घ्यायलाच पाहिजे. प्रत्यक्ष भेटून ग्राहकाला सीलबंद करता येते.

माझ्या एका मित्राला मी हे तत्त्व अमलात आणताना पाहिले; पण त्याने प्रत्यक्ष भेटीसाठी जी कल्पकता वापरली त्याला तर काही तोड नव्हती. हा माझा मित्र स्वत: नास्तिक पण एकदा मी त्याला देवळात जाताना पाहिले. मी त्याला त्याबद्दल विचारले तेव्हा त्याने सांगितले, की तो त्याच्या एका मोठ्या ग्राहकाला भेटण्यसाठी देवळात गेला होता. हा ग्राहक महत्त्वाचा होता आणि अतिशय व्यस्त असल्याने त्याला त्याच्या ऑफिसमध्ये भेटणे शक्य होत नव्हते, पण हा श्रीकृष्णाचा भक्त असल्याने एका ठरावीक वारी, एका ठरावीक देवळात त्याची फेरी असते एवढे त्याला कळले. झाले, या माझ्या मित्राला सुतावरून स्वर्ग गाठाण्याची सवयच आहे.

याने लगेच आपल्या दिनचर्येत त्या देवळाचा समावेश केला आणि महिन्यातून एकदा त्या देवळात जायला सुरुवात केली. त्याचे म्हणणे, माझा देव मूर्तीत नाही तर त्या ग्राहकामध्ये आहे. मी त्याच्या भेटीसाठी देवळात आवर्जून जातो आणि त्यामुळे माझा ग्राहक टिकतो व वृद्धिंगत होतो.' पाहिलंत, किती कल्पकता आहे! ग्राहक टिकवण्यासाठी त्याला भेटणे आवश्यक आहे. तो कुठे भेटतो हे महत्त्वाचे नाही, पण त्याची भेट होणे हे महत्त्वाचे आहे.

दुसरी गोष्ट– जर आपल्या जुन्या ग्राहकांच्या काही तक्रारी असतील तर आपण त्या कशा हाताळतो हेही महत्त्वाचे असते. कोणत्याही परिस्थितीत कोणत्याही तक्रारीच्या बाबतीत ग्राहकांवर दोषारोपण करायचे नाही. जरी त्यांची चूक असली तरी तसे बोलायचे नाही. 'चार शब्द द्यावे घ्यावे – संभाषण चातुर्यावर उपयुक्त माहिती' या माझ्या पुस्तकामध्ये असे प्रसंग कसे हाताळावे हे मी सविस्तर लिहिले आहे. विक्रेत्यांनी तेही वाचावे. एका ठिकाणी अकबर आणि बिरबलाची गोष्ट सांगितलेली आहे. अकबराचा आावडता पोपट असतो व त्याविषयी कोणतीही वाईट बातमी अकबराला ऐकायची नसते. जो कोणी वाईट बातमी आणेल त्याला बादशाह दंड करीत असे आणि असे असताना एक दिवस पोपट मेला. आता बादशाहाला ही बातमी कोण सांगणार व कशी सांगणार हा प्रश्न सगळ्यांना पडला. अशा वेळेस बिरबलाने चातुर्याने ही बातमी बादशाहाला सांगितली. अगदी त्याच चातुर्याने आपल्याला ग्राहकाच्या चुका ग्राहकाला दाखवून द्यायला पाहिजेत.

काही विक्रेते ग्राहकांच्या तक्रारी हसण्यावारी नेतात. ही एक घोडचूक आहे हे विक्रेत्यांनी लक्षात ठेवावे. ग्राहकाची कोणतीही तक्रार कितीही हास्यास्पद वाटली तरीही त्याला बिलकूल हसायचे नाही. ग्राहक जेवढे महत्त्व त्या गोष्टीला देतो तेवढेच महत्त्व आपण द्यायला पाहिजे. याबद्दलची सविस्तर माहिती तुम्हाला 'पुढाकार घ्या – प्रभावी व्यक्तिमत्त्वाचे सूत्र' या पुस्तकात चौथ्या प्रकरणामध्ये दिलेली आहे. त्या प्रकरणामध्ये नातीगोती सांभाळण्याबाबत काही तंत्रे सुचवलेली आहेत. त्याचा जरूर अभ्यास करावा. आपले संपूर्ण आयुष्य हे नात्यागोत्यावरच अवलंबून असते. आपण जर ते टाळले तर आयुष्यात काहीही साधता येणार नाही. विक्रेत्याच्या आयुष्यात याला अनन्यसाधारण महत्त्व आहे.

काही विक्रेते ग्राहकाच्या तक्रारीची जबाबदारी संपूर्णपणे झटकून टाकतात. ही तर सगळ्यात मोठी घोडचूक आहे. 'पुढाकार घ्या' हे संपूर्ण पुस्तक जबाबदारी घेण्याचा संदेश देते. आपल्या यशाची, अपयशाची, गैरसमजाची, तक्रारीची संपूर्ण जबाबदारी आपण घ्यायला शिकले पाहिजे. ते कसे शिकायचे हे पुढाकाराच्या पहिल्या सूत्रामध्ये म्हणजे 'विचारशुद्धी करा' यामध्ये सविस्तर मांडलेले आहे. जबाबदारी घेणे हीच माणसाच्या यशाची गुरूकिल्ली आहे.

ग्राहक जेव्हा तक्रार करतो तेव्हा त्याच्यासाठी आपण आपल्या कंपनीचे प्रतिनिधी असतो. मग ती चूक आपण व्यक्तिश: केलेली आहे की नाही, हा प्रश्न गौण आहे. पण शिकाऊ विक्रेते ही गोष्ट नजरेआड करतात व म्हणतात, 'ही चूक माझी नाही, आमच्या कारखान्यातील मॅनेजरची आहे. मी त्यांना बरोबर सांगितले होते, पण त्यांनी केले नाही, त्याला मी काय करू? मला दोष देऊ नका.' अशा बोलण्यामुळे ग्राहक तुटण्याचा संभव आहे, पण जर विक्रेत्याने कंपनीच्यातर्फे चूक मान्य केली तर ग्राहकालासुद्धा समजते, की ही चूक व्यक्तिश: विक्रेत्याची नाही आणि तरीसुद्धा हा त्याची जबाबदारी घेतो आहे. शिवाय पुढे असे होणार नाही याची खबरदारी घेण्याचे आश्वासन देतो आहे. हा अनुभव ग्राहकाला अतिशय सुखावणारा असतो. यामुळे त्याच्या मनात तुमच्याबद्दल अतिशय आदरभावना निर्माण होईल.

ही सगळी तंत्रे वापरली तर ग्राहक सीलबंद होऊन जाईल आणि तो तुमच्या कंपनीपासून तुटणार नाही. ग्राहक मिळवल्यानंतर विक्रेत्याची जबाबदारी संपत नाही, तर वाढते. त्याच्याशी कायम संपर्कात राहावे लागते आणि आपला संपर्क म्हणजे नात्यागोत्यांमधील वंगण असते हे लक्षात ठेवावे. वंगण संपले तर कुरकुर सुरू होते. मग आपल्या विक्रीची उतरती कमान सुरू होते. त्यामुळे आपण जे काही ग्राहक मिळवले असतील, ते सीलबंद करून ठेवावेत यातच शहाणपणा आहे. ∎

सारांश

खरे म्हणजे, विक्री करणे हे अतिशय सोपे काम आहे. फक्त ती शास्त्रोक्त पद्धतीने केली पाहिजे. एकदा विक्रीचे शास्त्र समजावून घेतले तर मग सगळे काम सोपे होते. विक्रीमध्ये आपण कोणाची तरी समस्या सोडवणार असतो. त्यामुळे हे तर पवित्र काम आहे.

आपल्या दारात समजा देणेकरी आणि घेणेकरी अशा दोन व्यक्ती आल्या तर आपण प्रथम कोणाला भेटू? साहजिकच देणेकऱ्याला. कारण तो आपल्याला आपले देणे द्यायला आलेला आहे व घेणेकऱ्यासाठी आपल्याकडे वेळ नसेल. आपण सहसा त्याला टाळण्याचा प्रयत्न करू. अगदी तसेच विक्रेत्याच्या बाबतीत होते. आपण जर एखाद्याच्या माथी एखादे उत्पादन मारायला गेलो तर आपण त्या व्यक्तीसाठी घेणेकरी होतो. त्याला वाटते, 'आपण या व्यक्तीला भेटलो तर आपले नुकसान होणार आहे.' पण जर आपण त्याची समस्या सोडवणार असू, त्याची डोकेदुखी आपण आपल्या अंगावर घेणार असू, त्याला अडचणीतून सोडवणार असू तर तो आपल्याला निश्चितपणे भेटेल, कारण आपण त्याला काहीतरी देण्यासाठी आलेलो आहे असे त्याला वाटेल. त्यामुळे विक्रेत्याने हे ध्यानात ठेवले, तर आपण जिथे जाऊ तिथे आपले स्वागतच होईल. लोक आपल्यासाठी वेळात वेळ काढून आपले म्हणणे ऐकून घेतील. विक्रेत्याचे मुख्य काम हेच असते- समोरच्या व्यक्तीला आपण देवदूत वाटलो पाहिजे. त्यासाठी मात्र आपल्यालाच पुढाकार घ्यावा लागेल.

विक्रीची सुरुवात जर शास्त्रोक्त पद्धतीने केली तर ग्राहक विक्रेत्याची वाट पाहील. आपण विमा एजंटची वाट पाहणार नाही, पण जो माणूस आपल्या घरात सुबत्ता आणेल व आपली लाईफस्टाईल बदलण्याची गोष्ट करेल त्याची आपण आपसूकच वाट पाहू. त्यामुळे पुढाकार घेताना ही गोष्ट लक्षात ठेवली पाहिजे. आपल्याला आपल्या व्यवसायाचा उद्देश शोधला पाहिजे. 'पुढाकार घ्या' या पुस्तकामध्ये प्रभावी व्यक्तिमत्त्वाचे दुसरे सूत्र आहे 'जगण्याचा उद्देश शोधा'. ते प्रकरण अभ्यासपूर्वक वाचले तर तुम्हाला तुमच्या व्यवसायाचा उद्देश कसा शोधायचा हे कळेल. उद्देश नजरेसमोर आला, की मग त्याला अनुसरून विक्रीच्या सुरुवातीलाच ग्राहकासाठी

प्रश्न तयार करता येतील व सगळेच ग्राहक तुमचे स्वागत करतील.

खरे म्हणजे, प्रभावी व्यक्तिमत्त्वच विक्रीचा चांगला व्यवसाय करू शकेल; पण तो प्रभावीपणा फक्त बाह्य नको, तर अंतर्गत हवा. प्रभावी व्यक्तिमत्त्वाचे विचार शुद्ध असतात, त्यांच्या आयुष्यात उद्देश असतात आणि आणखी महत्त्वाची गोष्ट म्हणजे त्यांचे रोजचे जीवन नियोजनबद्ध असते. खरे म्हणजे, प्रभावी व्यक्तिमत्त्वाची ही पहिली तीन सूत्रे तुमचे आंतरिक व्यक्तिमत्त्व सुदृढ बनवतील. त्यानंतरची तीन सूत्रे आत्मसात केली, तर ग्राहकांचे आक्षेप लीलया हाताळण्याकरता जो दृष्टिकोन लागतो तो तुम्हाला मिळेल. ही तीन सूत्रे अशी आहेत–

१. नातीगोती सांभाळा.

२. दुसऱ्याचे ऐकून घ्या.

३. सांघिक बळ निर्माण करा.

या तीन सूत्रांमुळे जो दृष्टिकोन तयार होईल तो दृष्टिकोन घेऊन या पुस्तकातील तंत्रे वापरलीत तर दुधात साखर पडेल. ही तंत्रे वरवरच्या माहितीवर वापरता येणार नाहीत. त्याला आंतरिक सामर्थ्याची जोड लागेल.

विक्री करताना किंवा ग्राहकाचे आक्षेप हाताळताना अनेक ताणतणावचे प्रसंग येतील; पण त्यातही आपल्याला खंबीर आणि हसतमुख राहावे लागेल. त्यासाठी शरीर आणि मन दोन्ही सुदृढ असणे आवश्यक आहे. प्रभावी व्यक्तिमत्त्वाचे सातवे आणि आठवे सूत्र आहे– विक्रेत्याचे शरीर सदृढ हवेच, पण त्याचबरोबर त्याचे मन शांत आणि स्थिर असायला हवे.

कोणतीही विक्री ही कोणाचीतरी समस्या दूर करून त्याचे जीवन सुखकर करायचा प्रयत्न करते. या कार्यामुळे आपण समाजात अतिशय सकारात्मक कंपन निर्माण करीत असतो. त्याचा फायदा आपल्याला आपल्या वैयक्तिक आयुष्यात मिळेल, हे प्रभावी व्यक्तिमत्त्वाचे नववे सूत्र आहे. समाजात सकारात्मक कंपन निर्माण करण्यासाठी विक्रेत्याकडे सामाजिक व्यवस्थेसंबधी सुदृढ दृष्टिकोन हवा. असा दृष्टिकोन

घेऊन जेव्हा तुम्ही बाजारात उतराल, तेव्हा तुमचे तुम्हालाच जाणवेल की तुमच्याकडे जी ऊर्जा आहे ती कोणत्याच विक्रेत्याकडे नाही.

विक्रेता जर हसतमुख आणि आनंदी नसला तर त्याला कोणीही उभे करत नाही. विक्री झाल्यामुळे आपण आनंदी होणार नाही, तर आनंदाने काम केले तर विक्री होईल— प्रभावी व्यक्तिमत्त्वाचे हे दहावे सूत्र आहे. जर तुम्ही आनंदासाठी तुमचा व्यवसाय केला तर तुमची कामगिरी तेवढीशी चांगली नसेल, पण जर तुम्ही आनंदाने व्यवसाय केलात तर तुमची कामगिरी असाधारण होण्याची शक्यताच जास्त असेल.

ग्राहकाला सीलबंद करण्यासाठी जे काही करायला लागेल ती दहाही सूत्रे आत्मसात केलीत तर सहजगत्या जमेल; पण जर ती सूत्रे अर्धवट ठेवलीत तर तुमच्या हातून बरेच ग्राहक सुटून जातील.

आनंदाने पुढाकार घ्या आणि शास्त्रोक्त पद्धतीने खुशाल भरपूर विक्री करा. यश तुमची वाट पाहत असेल असा तुम्हाला साक्षात्कार झाल्याशिवाय राहणार नाही. ∎

या पुस्तकातल्या सूचना अमलात आणल्यात तर यश तुमच्याच पदरात,
अगदी झटपट!

झटपट व्यक्तिमत्वविकास

- संजीव परळीकर

आजचा जमाना हा 'इन्स्टन्ट'चा जमाना आहे.

येथे सर्व काही, अगदी यशसुद्धा इन्स्टन्ट हवे आहे. म्हणजेच झटपट हवे आहे; पण ते तसे मिळत नाही. कारण त्यासाठी आपल्याला मेहनत करावी लागते.

आणि इथे कोणालाही थांबायला वेळ नाही.

स्पर्धेत टिकून राहण्यासाठी स्वत:मध्ये कोणते बदल करावेत व कसे करावेत हेही कित्येकांना माहीत नाही.

हे बदलही आपल्याला झटपट हवे असतात.

ह्या पुस्तकातील सूचना अमलात आणल्यात, तर कमीतकमी दिवसात तुम्ही स्वत:मध्ये अनेक महत्त्वाचे बदल घडवून विजयश्री स्वत:कडे खेचून आणू शकता.

स्वत:चे नशीब घडवणारे शिल्पकार झाल्यावर भाग्य उजाडणारच! अनुभवांतून स्फुरलेले यशाचे तंत्र आणि सुखाचा मंत्र...

केल्याने होत आहे रे...

- संजीव परळीकर

नशीब आणि प्रारब्ध हे नेहमीच वादातीत विषय मानले जातात. बरेच प्रयत्न करूनसुद्धा जेव्हा एखादी गोष्ट मिळत नाही तेव्हा नशिबाला आपण खुशाल दोष देऊन मोकळे होतो.
पण खरंच नशीब घडवता येतं का?
नशिबाला दोष देणं योग्य आहे का?
यशस्वी लोकांच्या नशिबातच यश लिहिलेलं असतं का?
ह्या प्रश्नांची उत्तरं मला माहीत नाहीत, पण नशीब घडवण्यासाठी काय करायला पाहिजे, कोणते दृष्टिकोन अंगिकारायला पाहिजे, कशावर श्रद्धा ठेवायला पाहिजे, कोणत्या ठिकाणी धाडस करायला पाहिजे, कोणती कौशल्यं शिकायला पाहिजे हे मला कळलेलं आहे.
ते मी ह्या पुस्तकात माझ्या अनुभवावरून लिहिलेलं आहे. तुम्ही जर हे वाचलंत तर तुमचंही नशीब त्यामुळे बदलून जाईल.

प्रभावी व्यक्तिमत्त्वाचे सूत्र

पुढाकार घेतल्याशिवाय कोणालाही काहीही मिळत नाही. आयुष्यात काहीतरी मोठं मिळवायचं असेल तर पुढाकार घ्यावाच लागतो. परंतु पुढाकार घ्यायचा म्हणजे नक्की काय करायचं हेच कित्येकांना माहीत नसतं.

काही मंडळींना वाटतं की, पुढाकार म्हणजे दुसऱ्यांना रेटून पुढे जाणे. परंतु आपण जर दुसऱ्यांना रेटून पुढे गेलो तर आपल्यालाही रेटणारा कोणीतरी, कुठेतरी, कधीतरी जन्माला येतोच; त्यामुळे असला पुढाकार यश देत नाही आणि समजा दिलंच तर ते जास्त दिवस टिकत नाही आणि समजा टिकलंच तर असल्या पुढाकारानं आयुष्य तणावग्रस्त होतं. कायमस्वरूपी यश मिळवायचं असेल, मन:शांती टिकवायची असेल, तणाव कमी करायचे असतील, कंटाळवाणं आयुष्य झटकून मजेत जगायचं असेल तर **पुढाकार घ्या** हे पुस्तक वाचा. त्यासाठीही पुढाकार घ्यावा लागेल. हे पुस्तक तुम्हाला मित्रासारखं मार्गदर्शन करील.

माझी खात्री आहे की, तुम्ही हे पुस्तक एखाद्या गोष्टीच्या पुस्तकासारखं वाचून मित्राला देऊन टाकणार नाही; तर स्वत:ची प्रत जपून संग्रही ठेवाल व दुसरी प्रत कुणा गरजूला भेट द्याल.

पुढाकार घ्या
संजीव परळीकर

कायमस्वरूपी यश, मन:शांती मिळवण्यासाठी आणि कंटाळवाणेपणा झटकून मजेत जगण्यासाठी हे पुस्तक तुमच्या संग्रही ठेवा.

संजीव परळीकर संचालित कार्यशाळा :

- पुढाकार घ्या. (संपुर्ण मराठीतून तीन दिवसांची कार्यशाळा)
- Personal Re-engineering (इंग्रजी आणि मराठी तीन दिवसांची कार्यशाळा)
- Success From Within (संपूर्ण इंग्रजी तीन दिवसांची कार्यशाळा)
- सामाजिक कार्य करणाऱ्या संस्थांसाठी कार्यक्रम विनामूल्य घेतले जातील.
- कार्यशाळेत भाग घेऊ इच्छिणाऱ्यांनी संपर्क साधावा.

www.ingramcontent.com/pod-product-compliance
Lightning Source LLC
LaVergne TN
LVHW031614060526
838201LV00065B/4838